# सुख जाहले वैरि

(तीन अंकी नाटक)

रणजित देसाई

मेहता पब्लिशिंग हाऊस

All rights reserved along with e-books & layout. No part of this publication may be reproduced, stored in a retrieval system or transmitted, in any form or by any means, without the prior written consent of the Publisher and the licence holder. Please contact us at **Mehta Publishing House,** 1941, Madiwale Colony, Sadashiv Peth, Pune 411030.

© +91 020-24476924 / 24460313

Email : info@mehtapublishinghouse.com
production@mehtapublishinghouse.com
sales@mehtapublishinghouse.com

Website : www.mehtapublishinghouse.com

◆ *या पुस्तकातील लेखकाची मते, घटना, वर्णने ही त्या लेखकाची असून त्याच्याशी प्रकाशक सहमत असतीलच असे नाही.*

**PANKH JAHALE VAIRE** by RANJEET DESAI

पंख जाहले वैरी : रणजित देसाई / नाटक

© सौ. मधुमती शिंदे / सौ. पारु नाईक

मराठी पुस्तक प्रकाशनाचे हक्क मेहता पब्लिशिंग हाऊस, पुणे.

प्रकाशक : सुनील अनिल मेहता, मेहता पब्लिशिंग हाऊस,
१९४१, सदाशिव पेठ, माडीवाले कॉलनी, पुणे – ४११०३०.

अक्षरजुळणी : गार्गी वर्डवर्ल्ड, पुणे

मुखपृष्ठ : चंद्रमोहन कुलकर्णी

प्रथमावृत्ती : १९७६ / ऑक्टोबर, २००० / ऑगस्ट, २०१३ /
पुनर्मुद्रण : जुलै, २०१७

P Book ISBN 9788171619108

E Book ISBN 9789386175731

E Books available on : play.google.com/store/books
m.dailyhunt.in/Ebooks/marathi
www.amazon.in

या नाटकाच्या प्रयोगादी सर्व प्रकारांचे हक्क सौ. मधुमती शिंदे व सौ. पारु नाईक यांच्या स्वाधीन आहेत. त्यांच्या संमतिविना या नाटकाचा प्रयोग वा अन्य प्रकारे कोठेही, केव्हाही वापर करू नये. अशा संमतिविना त्याचा प्रयोग वा वापर केल्यास कायदेशीर इलाज केला जाईल.

अधिक माहितीसाठी 'मेहता पब्लिशिंग हाऊस' यांच्याशी संपर्क साधावा.

ऑक्टोबर १९७७ मध्ये सहाव्या मराठी नाट्यस्पर्धेत या नाटकाचा प्रथम प्रयोग सादर करण्यात आला.

पात्रपरिचय :

| | | |
|---|---|---|
| नाथा | - | श्री. नारायण नाईक |
| सदू | - | श्री. शंकर बेळगावकर |
| सुलभा | - | सौ. शशिताई भानप |
| राजेकाका | - | श्री. वसंतराव अरवंदेकर |
| शेखर | - | श्री. दौलत मुतगेकर |
| कामिनी | - | कु. लता परुळेकर |
| कुमार | - | श्री. श्रीरंग मराठे |
| फादर लोबो | - | डॉ. अशोक साठे |
| गोखले गुरुजी | - | श्री. मनोहर गुरव |
| करुणा | - | कु. मंगल सुंठणकर |
| नारायण | - | श्री. प्रसाद पंडित |

| | | |
|---|---|---|
| दिग्दर्शक | - | श्री. बाप्पा शिरवईकर |
| नेपथ्य | - | श्री. चंद्रकांत कपिलेश्वरी |
| रंगभूषा | - | श्री. शंकर बेळगावकर / अरविंद देसाई |
| पार्श्वसंगीत | - | श्री. संतोष शिरवईकर |
| प्रकाशयोजना | - | श्री. सुरेश मराठे / विठ्ठलराव याळगी |

# अंक पहिला :



**स्थळ**     :   सुलभाचे घर.
**वेळ**      :   सायंकाळ.

(पडदा उघडतो, तेव्हा सुलभाच्या घराचे दृश्य दिसते. मध्यमवर्गीय शिक्षिकेच्या परिस्थितीतील ते घर आहे. मांडणी साधी असली, तरी घरातील टापटीप नजरेत भरते. टेबल-खुर्ची, त्यावर भिंतीला लावलेले पुस्तकांचे शेल्फ आणि बैठकीची जागा लक्ष वेधून घेते. भिंतीवर विवेकानंद, गांधी, अरविंदबाबू यांचे फोटो लावलेले आहेत. शाळेतील मध्यम वयाचा नोकर-नाथा हाती पुस्तक घेऊन मोठ्याने वाचत येरझाऱ्या घालत असतो.)

**नाथा**    :   (वाचत) 'भारत माझा देश आहे. सारे भारतीय माझे बांधव आहेत. माझ्या देशावर माझे प्रेम आहे. (आता त्याचीबी काय शपत घ्यायची!) माझ्या देशातील... (अडखळतो) समुद्र.... न्हाई.... समसद आणि विविधतेने नटलेल्या परंपरांचा.... (बोंबला) मला अभिमान आहे. त्या परंपरांचा पाईक होण्याची पात्रता माझ्या अंगी यावी, म्हणून मी सदैव प्रयत्न करीन.' बाई येऊ घ्यात, सांगतो, आपल्या बापाच्यानं हे पाठ व्हायचं न्हाई. नोकरी गेली, तरीबी चालेल.

(परत वाचू लागतो.) 'मी माझ्या पालकांचा (ते कवाच वर गेलं) गुरुजनांचा आणि वडीलधाऱ्या माणसांचा...'

(त्या वेळी बेल वाजते. नाथा दरवाज्याकडे पाहतो. चष्मा काढतो.) यस, कम इन... (परत बेल वाजते. नाथा ओरडतो) कम... इन...

(बेल परत वाजते. नाथा दरवाज्याकडे जातो. दार उघडतो.

दारातून सदू पोस्टमन आत प्रवेश करतो.)

| | | |
|---|---|---|
| **नाथा** | : | कम इन म्हनल्यावर आत यायचं नाही! |
| **सदू** | : | कुणी म्हटलं? |
| **नाथा** | : | म्या म्हटलं! |
| **सदू** | : | कवा म्हटलं? |
| **नाथा** | : | च्यायला, तू बेल वाजवलीस, तवा म्हटलं. |
| **सदू** | : | दार बंद! ऐकू कसं येनार? |
| **नाथा** | : | थापा मारू नगंस! सद्या, तू बेल वाजवलीस का न्हाई? |
| **सदू** | : | व्हय. |
| **नाथा** | : | बेल कुठं हाय? |
| **सदू** | : | बाहिर... |
| **नाथा** | : | ती मला आत ऐकू आली का न्हाई? |
| **सदू** | : | आली! |
| **नाथा** | : | तुझी बाहिरची बेल मला ऐकू येती आनि माझी आतली हाक बाहिर ऐकू जात न्हाई व्हय? किवडा झालास काय? |
| **सदू** | : | शाना हैस! येळ न्हाई मला हुज्जत घालायला. तार हाय, म्हणून आलो. |
| **नाथा** | : | कुनाची तार, माझी? |
| **सदू** | : | तुला तार एकदाच येनार बघ! तीबी वरून.... Start Immediately.... ताबडतोब निघा... बाई हाईत न्हवं! |
| **नाथा** | : | बाहिर गेल्यात. दे तार. मी घेतो. |
| **सदू** | : | ते काय पत्र वाटलं? सही केल्याबिगर तार मिळत न्हाई. ठावं न्हाई? |
| **नाथा** | : | सारं ठावं हाय. वटवटू नगंस. तार दे. मी सही करतो. |
| **सदू** | : | *(आश्चर्याने)* सही? आनी तू! |
| **नाथा** | : | यस! आय साईन... यू साईन... दे साईन. |
| **सदू** | : | इंग्रजी बोलतोस? |
| **नाथा** | : | यस! *(सदूच्या हातून तारेचा कागद घेतो. आश्चर्याने पाहणाऱ्या सदूला ऐटीत सांगतो.)* स्टँड नॉट. चेअर ऑन सीट. |
| **सदू** | : | *(किंचाळतो)* काय? |
| **नाथा** | : | चेअर ऑन सीट... एवढं कळत न्हाई? खुर्चीवर बस. |

(नाथा टेबलवरचा पेन उचलतो. सही करण्यासाठी वाकतो. सदू

| | | |
|---|---|---|
| **सदू** | : | मला ठावं नव्हतं, तुला सही कराया येतीय, ती! |
| **नाथा** | : | मग या घरात काय झाडू माराय येतो! आँ! सदया, कायद्यानं शिकवलं मला. |
| **सदू** | : | कसला कायदा! |
| **नाथा** | : | शाळंत काम करणाऱ्या प्यूनलाबी लिहायला वाचायला यायला पायजे. शिकलो नसतो, तर या उमरीत नोकरी गेली असती. बायका-पोरं उपाशी मेली असती. बाई म्हनाल्या, शिकवते. दोन वर्सांत त्यांनी मला शिकवलं. |
| **सदू** | : | पन् बाई कुठं गेल्यात? |
| **नाथा** | : | शाळा सुटली. बाईंच्यासंगं घरी आलो. दारात पत्र होतं. ते पत्र वाचलं अनि पोरगा येनार, म्हनून तशाच पिशवी घेऊन बाजारात गेल्यात. |
| **सदू** | : | चांगली उपकाराची फेड करतोस. बाईना बाजारात पाठवून बाजीरावासारखा घरात बसलास, व्हय? |
| **नाथा** | : | तेवढं कळत न्हाई व्हय मला? म्या शाळंचा नोकर. सारे मास्तर मला आपापल्या नोकरासारखं राबवून घेत्यात. बाई तशा न्हाईत. आपल्या घरचं एकबी काम कधी सांगणार न्हाईत. |
| **सदू** | : | आरं, त्या बाईनं सोसलं, तसं मर्दाला सोसवायचं न्हाई. नवरा अचानक गेला. दोन पोरं पदरात, पन बाई खचली न्हाई. शिकवन्या करत शिकली. नोकरी केली. पोरं शिकवून मोठी केली. |
| **नाथा** | : | आता बाईना लई दिवस तरास न्हाई. दोनी पोरं शिकली. मोठी झाली. आता ती नोकरी करतील आनि आईला फुलावानी जपतील. बाईंचा पोरांवर लई जीव. शेखर येनार, म्हटल्यावर तशाच बाजारात गेल्या, बघ. |
| **सदू** | : | वाट बघ! शेखर आज येणार न्हाई. |
| **नाथा** | : | अंगात देव आलाय का तुझ्या? शेखरचं पत्र आलंय. |
| **सदू** | : | तरीबी ते येनार न्हाईत. |
| **नाथा** | : | कशावरनं! |
| **सदू** | : | ती तार हाय न्हवं! त्याचीच हाय. येत न्हाय म्हनं. Not |

Coming.

| | | |
|---|---|---|
| **नाथा** | : | आँ? |
| **सदू** | : | व्हय! |
| **नाथा** | : | बाईंचा लय हिरमोड हुईल, बघ! बाईंचा थोरल्यावर लई जीव! आरं, त्याच्या हातात लई गुन हाय बघ. मागंबी आला व्हता ना, म्या अभ्यास करीत बसलो व्हतो. सादी पेन्सिल घेऊन हुबेहूब माझी छबी काढली बघ. मोठा होऊन गनपती करंल, तर सीझनला पाच-दहा हजार सहज मिळतील बघ. |
| **सदू** | : | सरड्याची धाव कुंपनापर्यंत! शेखर काय गनपती थापनार व्हय? लई मोठा चित्रकार होनार तो! (*सदू खिशातून बिडी काढतो. काड्याची पेटी काढतो. बिडी पुढे करीत- घे.*) |
| **नाथा** | : | काय? |
| **सदू** | : | बिडी. |
| **नाथा** | : | बिडी घेऊ? आनि ती पिऊन कुठं जाऊ? माझ्या सोन्या, जरा भिंतीवर बघ. यातल्या कुनी बिडी ओढली व्हती? घरात वास आला, तरी बाई हाकलतील मला. |
| **सदू** | : | (*जीभ चावतो. बिडी-काडी खिशात घालतो.*) चुकलंच! म्या जातू, आजून दोन तारा हाईत. |
| **नाथा** | : | देशील म्हनं! |
| **सदू** | : | तुला काय जातंय? माझी कमाई बुडंल! |
| **नाथा** | : | कमाई? |
| **सदू** | : | व्हय. तो घोलाराम मुलाणी हाय ना! त्याला मुलखावर पोरगा झालाय! ती तार दिली, तर आनंदानं रुपयं, दोन रुपयं खुशाली दील, बघ! |
| **नाथा** | : | आनि दुसरी! |
| **सदू** | : | नाव काढू नगंस! ती लास्ट देनार. बापू पाटलाचा भाऊ मुंबईला व्हता नव्हं! |
| **नाथा** | : | व्हता! |
| **सदू** | : | त्यो खपला! तार द्यायच्या आधी सही घ्यायची आणि मगच हातात तार देऊन धूम सुटायचं. लई वंगाळ धंदा. तार म्हटलं, की कोनतरी आजारी, न्हाईतर कुनाची तरी वरात, पास झाला, पोर झालं. लई थोड्या तारा. |
| **नाथा** | : | ते का? लगीन असलं, तर तारा येत्यात की! |

| सदू | : | ते बुडीत खातं! पन्नास तारा आल्या, तर एक रुपया मिळत न्हाई. मांडवात जेवबी कोन म्हनत न्हाई. |
|---|---|---|

*(दारातून सुलभा प्रवेश करते. हातांत पिशव्या असतात. नाथा पिशव्या घेतो. सुलभाचं लक्ष सदूकडे जातं.)*

| सुलभा | : | कोण? सदू! |
|---|---|---|
| सदू | : | *(टेबलावरची तार हातात देत)* तार आली व्हती. |
| सुलभा | : | तार! *(म्हणत तार उघडते. वाचते. तार गळून पडते.)* शेखर येणार नाही. उगीच धडपडले, बघ! |
| सदू | : | बाई, जातो. |
| सुलभा | : | चहा घेऊन जा! |
| सदू | : | नको, बाई! अजून तारा द्यायच्या हाईत. |
| सुलभा | : | बरं, जा! तुझा वेळ घेणं बरं नाही. |

*(सदू जातो. नाथा दार बंद करून घेतो.)*

| नाथा | : | बाई, या पिशव्या आत ठेवू? |
|---|---|---|
| सुलभा | : | राहू देत तिथं! तू प्रतिज्ञा पाठ केलीस का? |
| नाथा | : | उद्या करतो, बाई. |
| सुलभा | : | नाथा, जे करायचं, ते आज करावं. उद्या करतो, म्हणणाऱ्याच्या हातून काहीही होत नसतं. आज प्रतिज्ञा पाठ कर. |
| नाथा | : | करतो, बाई. |

*(बेल वाजते. नाथा ओरडतो- कम इन. सुलभा हसते. नाथा जीभ चावून त्वरेने दार उघडायला जातो. दार उघडतो. वयस्क राजेकाका आत येतात.)*

| राजेकाका | : | काय, नाथा! कुठवर आली प्रगती? |
|---|---|---|
| सुलभा | : | आता लिहायला-वाचायला येतंय त्याला. |
| राजेकाका | : | छान केलंस! त्याचं सारं श्रेय तुलाच आहे. |
| सुलभा | : | राजेकाका, चहा करू? |
| राजेकाका | : | चालेल! |
| सुलभा | : | नाथा, तू घेणार? |
| नाथा | : | तुमी थांबा, बाई! मी आनतो करून! फर्मास करतो, बघा तरी! |
| सुलभा | : | ते माहीत आहे रे! शाळेतला सगळा स्टाफ तुझ्या चहाची स्तुती करतो. जाताना ती भाजी आत घेऊन जा. |

*(नाथा पिशव्या घेऊन आत जातो.)*

| सुलभा | : | आज शेखर येणार, म्हणून पत्र आलं होतं; पण आताच तार आली, येऊ शकत नाही म्हणून. |
|---|---|---|
| राजेकाका | : | असं होतं कधी कधी. जे सरळपणे यायचं, तेसुद्धा नीट पावलांनी येत नाही. |
| सुलभा | : | कशाबद्दल बोलताहात तुम्ही काका? |
| राजेकाका | : | मी आता रिटायर होणार. माझ्या जागी हेडमिस्ट्रेस म्हणून तुझं नाव चर्चिलं जातं. |
| सुलभा | : | हे तुमच्यामुळेच झालं. हे गेले, तेव्हा तुम्हीच मला बी.एड. व्हायला भाग पाडलंत. शाळेत नोकरी लावलीत. |
| राजेकाका | : | पण शिकलीस तूच ना! सांगणारे पुष्कळ भेटतात; पण करणारे फार थोडे. |
| सुलभा | : | हा तुमचा मोठेपणा आहे. |
| राजेकाका | : | काही मोठेपणा नाही... पण जे मोठे आहेत, त्यांना मोठेपणा द्यायला हवा. |
| सुलभा | : | कुणाला? |
| राजेकाका | : | आपले गोखलेगुरुजी! ते संस्थाचालक आहेत. तू त्यांना भेटत नाहीस, अशी त्यांची तक्रार होती. |
| सुलभा | : | मी भेटायचं कारण? |
| राजेकाका | : | इथंच चुकतं! लेलेमास्तर आहेत ना, त्यांचीही इच्छा हेडमास्तर होण्याची आहे. |
| सुलभा | : | ते झाले, म्हणून माझी ना नाही! उलट, ते माझ्यापेक्षा जास्त शिकलेले आहेत. |
| राजेकाका | : | ती जागा भूषवायला नुसत्या डिग्री उपयोगी पडत नाहीत. त्यासाठी निष्ठा आणि वेगळं करारीपण लागतं. ती कुवत तुझीच आहे. तसा मी माझा खासगी रिमार्कही लिहिलेला आहे; पण शेवटी निर्णय संस्थाचालकांच्या हातीच आहे. त्यांचा मान तू सांभाळायला हवा. |
| सुलभा | : | आणि म्हणून मी त्यांच्या दारी जाऊ? |
| राजेकाका | : | असा उलटा अर्थ करून घेऊ नकोस. आता शेखर, कुमार दोघांचीही शेवटची वर्षं. नोकरी सांभाळून, शिकवण्या करून, तुझी कोण धावपळ होते! तू हेडमिस्ट्रेस झालीस, तर सारा ताण कमी होईल. |

(नाथा चहाचा ट्रे घेऊन बाहेर येतो. मोटारीचा आवाज येतो.
ब्रेक लावल्याचा आवाज येतो. हॉर्न वाजतो. दार लावल्याचा
आवाज येतो. बेल वाजते. नाथा दार उघडतो. ओरडतो : बाई,
बघा, कोण आलंय ते! सारे दरवाज्याकडे पाहतात. शेखर आत
येतो. त्याच्या पाठोपाठ कामिनी असते. दोघे कागदाच्या वेष्टनात
गुंडाळलेले पेंटिंग घेऊन आत येतात. नाथा मदत करायला
जातो; पण दोघे मदत नाकारतात. आश्चर्यचकित झालेली सुलभा
पाहत असते.)

**सुलभा** : अरे, तुम्ही येणार नाही, म्हणून तार केली होती ना?

**शेखर** : सांगतो... सारं सांगतो... आई, ही माझी मैत्रीण-मिस कामिनी...
आमच्याच कॉलेजमध्ये आहे आणि कमू, ही माझी आई आणि
हे राजेकाका.. आईच्या शाळेचे हेडमास्तर... पण आमच्या
घरातलं आम्ही वडीलधारं माणूस समजतो.

**कामिनी** : हाऊ स्वीट....! (सुलभाजवळ जात)... मला तुम्हाला किनई फार
फार पाहायचं होतं. हा किती किती सांगतो तुमच्याबद्दल. हाऊ
नाईस!

**शेखर** : कमू.... होल्ड इट ..... तर, आई मी काय सांगत होतो? मी
उद्या येणार होतो; पण अचानक उद्या आमची मीटिंग ठरली.
त्यामुळे तार केली. दोन प्रहरी ही भेटली. ही म्हणाली, आपण
जाऊन येऊ. हिची गाडी होती... निघालो.

**सुलभा** : म्हणजे परत जाणार...

**शेखर** : जायलाच हवं! हे द्यायला आलो.

**सुलभा** : काय आहे?

**शेखर** : दाखवतो. (पेंटिंगचं वेष्टन काढीत असता) डोळे मीट.... मीट
म्हणतो ना... (सुलभा डोळे मिटते. पेंटिंग मोकळे करून समोर
धरतो.) बघ. (सुलभा डोळे उघडते. शेखरच्या वडिलांचं पोर्ट्रेंट
नजरेत भरतं. सुलभा अवाक होते. डोळे भरून येतात). अरे...
रडतेस... कालच फ्रेम करून आणलं. हे देण्यासाठीच मी
येणार होतो.

**राजेकाका** : तू काढलंस?

**शेखर** : हो!

**राजेकाका** : साक्षात प्रभाकर असाच दिसायचा.

| कामिनी | : | यू नो अंकल... या फ्रेमला साडेपाचशे पडले. |
|---|---|---|
| राजेकाका | : | साडेपाचशे! |
| शेखर | : | बाबांच्या चित्राला ती फ्रेम कमीच आहे. |
| राजेकाका | : | खरं आहे! शेखर, तुझे वडील कशानं वारले, ते माहीत आहे? |
| शेखर | : | हार्टफेलनं ना? |
| सुलभा | : | राजेकाका.... |
| राजेकाका | : | हो! हा प्रभाकर पी.डब्ल्यू.डी. मध्ये ऑफिसर होता. लाच खात नव्हता, त्यामुळे अनेक ठिकाणी त्याची बदली झाली. शेवटी एका पी.डब्ल्यू.डी. बंगल्यात मोठ्या ऑफिसरचं लफडं झालं. प्रभाकरनं त्याच्या बाजूनं साक्ष द्यायचं नाकारलं. त्यानं राजीनामा द्यावा, म्हणून दडपण पण आणलं गेलं. तुम्ही मुलं लहान होता... संसाराची काळजी होती; पण खोटं बोलण्यापेक्षा राजीनामा देणं त्यानं पत्करलं. राजीनामा ज्या दिवशी दिला, त्याच दिवशी त्याला अटॅक आला. |
| कामिनी | : | पुअर फेलो. |

निघालं ते! साडेसातशे रुपये आले त्याचे.

राजेकाका : गोल्डमेडल विकलं?

सुलभा : काय केलंस हे! अरे, ते गोल्डमेडल मोडायचं नव्हतंस!

शेखर : तशी पन्नास मिळवीन.

कामिनी : मम्मी.... अशा पोट्रेंटला की नाही, तसलीच फ्रेम हवीय. त्या फ्रेममुळं त्या चित्राला केवढा उठाव आला, नाही?

राजेकाका : हो! मुली, तू सत्यच सांगितलंस. या जगात नुसतं चांगलं असून चालत नाही. त्याच्या जीवनाची चौकटही तेवढीच मजबूत असायला हवी, तरच त्या जीवनाला अर्थ प्राप्त होतो. प्रभाकरपंतांनी आयुष्यात पाचशे रुपये कधीच मिळवले नाहीत; पण तू मात्र एका चौकटीसाठी ते उडवलेस.

शेखर : हेच ते! तुम्ही वडीलमाणसं पैशाच्या मोहात गुंतलेली असता. मुलाच्या गुणाचं मोजमापही त्याच मोलानं करता. त्याची कला, त्याचं कसब, हे तुमच्या दृष्टीनं गौण असते. जाऊ दे...

*(नाथा दुसरे पेंटिंग आत घेऊन येतो. सारे पेंटिंगकडे पाहत असतात. चित्राच्या मध्यभागी एक पंजा उमटवलेला असतो. त्याभोवती अनेक रंग असतात.)*

शेखर : काय नाथा..... चित्र आवडलं?

नाथा : अरारा, कुनीतरी हात उठवून घान केली बघा.

*(शेखर-कामिनी हसतात.)*

राजेकाका : हे पण तुमचंच? काय आहे हे?

शेखर : याचं नाव आहे डेस्टिनी... दैव... भाग्य... हवं ते म्हणा. जीवनाचं सामर्थ्य हातात असतं, नाही काका?

राजेकाका : Destiny! ते खाली लिहायला हवं!

शेखर : चुकलं. त्याशिवाय त्याची किंमत कळणार नाही. नाही का? आणि आमचे स्कॉलर कुठं गेलेत?

सुलभा : अजून तो कॉलेजमधून आला नाही.

शेखर : कसा येणार? स्कॉलर ना! कॉलेज झाल्यावर बसला असेल स्टडीरूममध्ये. त्या कुमारची प्रथमपासून तीच लक्षणं!

राजेकाका : शेखर! कुमार खरंच स्कॉलर आहे. शाळेत काय किंवा कॉलेजमध्ये काय, त्यानं कधीही नंबर सोडला नाही. स्कॉलरशिपवर, स्वतःच्या मेरिटवर शिकला.

शेखर : आमच्या दोघांच्या दोन तऱ्हा. त्याला अभ्यासाशिवाय काही
जमत नाही. आम्हाला अभ्यास सोडून सारं जमतं.

राजेकाका : असं नाही! प्रत्येक माणसाला परमेश्वरानं एक गुण देऊन
पाठवलेलं असतं. ज्याला ते ईश्वरी देणं लवकर सापडतं, तो
मोठा होतो. तुझ्या हाती चित्रकला आहे. गोल्डमेडल उगीच
मिळत नाही. *(राजेकाकांचं लक्ष चित्राकडे जातं.)* अरे नाथा! जरा
माझ्याबरोबर चल.

सुलभा : कुठं निघालात, काका?

राजेकाका : एवढ्यात आलो. चल, नाथा.

*(नाथा, राजेकाका बाहेर जातात.)*

शेखर : काका म्हणजे लहरी! केव्हा एकदम काय सुचेल, सांगता येत
नाही.

कामिनी : ओल्ड एज! शिवाय मास्तर, दुसरं काय?

*(सुलभा आपली नापसंती प्रकट करण्यासाठी चहाचा ट्रे आत
घेऊन जाते.)*

शेखर : कमू! आमचं घर आवडलं?

कामिनी : हो, पण फार कंजेस्टेड. आपण पुण्यातच राहू! डॅडींना सांगितलं,
तर ते तुला हवं तसं आर्टिस्टिक कॉटेज बांधून देतील.

शेखर : कॉटेज!

कामिनी : राहणार फक्त तू आणि मी! चार रूम, हॉल, किचन, बाथ
आणि तुझा स्टुडिओ झाला, की पुरे.

शेखर : हां! तेवढं कॉटेज पुरेल आपल्याला.

कामिनी : पण, डार्लिंग! सारखी चित्रं काढत बसायचं नाही हं!

शेखर : वा! मी नुसतं तेच करणार आहे.

कामिनी : मी बोलणार नाही, जाऽऽ

शेखर : मी नुसतीच चित्रं काढणार! पण कुणाची, ते विचारलं नाहीस.
फक्त तुझी चित्रं काढणार! हव्या त्या पोजमधली...

कामिनी : *(हसते)* यू स्काऊंड्रल! *(जवळ येते. शेखरला बिलगते. शेखर
तिच्या गळ्यातला हार पाहतो.)*

शेखर : व्हॉट ए लव्हली पीस!

कामिनी : पपा पॅरिसहून आले ना! त्यांनी आणला. पाहायचाय?

शेखर : नको! त्या गळ्यासकट तो हार माझा आहे.

| कामिनी | : | यू कटथ्रोट! |
|---|---|---|
| शेखर | : | *(एकदम संतापाने तिचा हात पिरगळतो)* आय से, टेक इट बॅक! यू बिचɽɽ |
| कामिनी | : | *(कळवळते)* ऑल राईट, बाबा! आय टेक इट बॅक.<br>*(शेखर हात सोडतो. कामिनी हात चोळत असते.)* |
| कामिनी | : | एकदम असं संतापायला काय होतं, रे! |
| शेखर | : | *(हसतो)* गंमत वाटते. |
| कामिनी | : | पण माझा जीव जातो ना!<br><br>*(सुलभा प्रवेश करते.)* |
| कामिनी | : | चल, आपण निघू या. |
| सुलभा | : | अरे, आता वेळ होतच आलाय. जेवून का जात नाही? |
| कामिनी | : | नो, मम्मी! मला दहाच्या आत पोहोचायलाच पाहिजे. वाटेत आम्ही काहीतरी स्नॅक घेऊ.<br>*(त्याच वेळी राजेकाका, नाथा येतात. राजेकाकांच्या हातात पुडा असतो. राजेकाका पुडा सोडतात. हार काढतात.)* |
| राजेकाका | : | चांगला हार मिळाला नाही. फार वर्षांनी प्रभाकर घरी आला. वाटलं, त्याला हार घालावा.<br><br>*(राजेकाका फोटोला हार घालतात. सुलभा भारावते. पतीच्या पेंटिंगला नमस्कार करते.)* |
| कामिनी | : | धिस इज मात्र टू मच... हं! |
| शेखर | : | आणि हार आणण्यासाठी बाहेर गेला होता? |
| राजेकाका | : | हां! |
| कामिनी | : | आय डोंट लाईक धिस! |
| राजेकाका | : | काय आवडत नाही? |
| कामिनी | : | हेच! मेलेल्या माणसांची पूजा करीत बसायचं! आपल्या देशाचं वाटोळं त्याच्यामुळंच झालं. |
| राजेकाका | : | आणि मेलेल्या माणसांच्या चित्रासाठी पाचशे रुपयांची फ्रेम आवडते. चुकतेस, मुली! अशा श्रद्धेनं देशाचं कल्याण झालं, म्हण! अरविंदबाबू, विवेकानंद, गांधी यांना आपण का मानतो? ज्यांना आदर्श पाळता येतात, तेच पुढं आदर्श बनू शकतात. |
| कामिनी | : | हंबग! |
| राजेकाका | : | नो, मिस कामिनी! युवर थॉटस् आर हंबग. या शेखरनं |

वडिलांचं पोट्रेंट का काढलं? ज्याला ती नवचित्रकला येते, त्यांनं हे चित्र का रंगवावं? त्याला कारण त्याचे संस्कार आहेत. या सुलभानं लहानपणापासून चांगले संस्कार दिले. भगवद्‌गीता पाठ करून घेतली. अगं, ते लहान होते, तेव्हा गीतापाठांतर ऐकण्यात काय गंमत यायची.

कामिनी : मी स्पष्ट विचारू?

राजेकाका : विचार ना!

कामिनी : त्या तुमच्या गीतापठनामुळं हा चित्रकार झाला, असं का म्हणायचं आहे?

राजेकाका : गीतेमुळं चित्रकार झाला नाही, पण त्या संस्कारामुळं चांगल्या चित्रांची आवड निर्माण झाली. नाहीतरी प्रदर्शनासाठी त्यानं वडिलांचं चित्र निवडलं नसतं.

शेखर : काका, तिला हे मुळीच पटायचं नाही. कशाला तिच्या नादाला लागता? सारं बालपण त्या आफ्रिकेत गेलं. अदेश काले यत् दानम् अपात्रेभ्य:च दीयते असत्कृत्यम् अवज्ञानम् तत् तामसम् उदाहृतम्।

कामिनी : काय म्हणालास? सांग ना!

(सारे हसतात. सुलभा कामिनीजवळ जात.)

सुलभा : तू त्याच्याकडे लक्ष देऊ नको. हे पुरुष असेच निंदा करायचे.

कामिनी : पण तो काय म्हणाला?

राजेकाका : तो म्हणाला, जे दान तिरस्कारपूर्वक अयोग्य स्थळी दिलं जातं, ते दान तामस समजावं.

कामिनी : म्हणजे काय?

शेखर : समजलं नाही, तेच चांगलं झालं.

कामिनी : नाही समजू देत. (म्हणत ती पर्स उघडते. सारे कप्पे चाचपू लागते. आश्चर्यचकित होऊन कप्पे हुडकू लागते.) माय गॉड! नोऽऽ! इट कांट बीऽऽ-

सुलभा : काय झालं, काही हरवलं का?

कामिनी : इम्पॉसिबलऽऽ! हाऊ कॅन इट हॅपन...?

राजेकाका : काही हरवलंऽऽ

कामिनी : नो ऽऽ आय डोंट अंडरस्टँड!

नाथा : बाईचे पैसे हरवले, वाटतं.

| शेखर | : | काय झालं! |
|---|---|---|
| कामिनी | : | शटअप! (पुन्हा हुडकते. हताश होते) शेखर, व्हॉट ॲम आय टू डू नाऊ! |
| शेखर | : | पण काय झालं? |
| कामिनी | : | माझं सिगारेटचं पाकीट! आय हॅव फरगॉटन् इट.... |

सुलभा,
नाथा,  : } सिगारेट!
राजेकाका

| शेखर | : | पाहिलंत! हिचं सिगारेटचं पाकीट हरवलं, तर केवढं अकांडतांडव केलं. |
|---|---|---|
| कामिनी | : | शटअप! तुला माहीत आहे, माझ्या सिगारेट्स नसल्या, तर केवढी बेचैन होते मी. |
| शेखर | : | मग सिगारेट विसरू नये. |
| कामिनी | : | नो! आय मस्ट हॅव सिगारेट! इथं मिळायची नाही! |
| शेखर | : | इथं तुझी डनहिल मिळायची नाही. |
| कामिनी | : | चार मिनार तरी... |
| शेखर | : | ती मिळेल. |
| कामिनी | : | मी आणते. हाऊ फरगेटफुल ऑफ मी. |

(त्वरेने कामिनी बाहेर जाते. सारे अवाक झालेले असतात.)

| सुलभा | : | शेखर, ती खरंच.... |
|---|---|---|
| शेखर | : | हो! त्यात काय झालं? ती आपल्या वडिलांच्या समोरसुद्धा ओढते. ड्रिंक्स घेते. लक्षाधीशाची एकुलती एक पोरगी आहे. लाडावलेली आणि परवाच तिला तिच्या वडिलांनी मोटार घेऊन दिली. घरात दोन असताना! |
| नाथा | : | पन बाईमानसानं.... चारचौघांत... |
| सुलभा | : | नाथा, तू आता जा! उद्या प्रतिज्ञा पाठ करून ये. समजलं! |
| नाथा | : | हो! |

(नाथा जाऊ लागतो. दार उघडतो. आश्चर्यचकित होतो. दारातून कुमार प्रवेश करतो. गालांवर पट्टे ओढलेले असतात. केस विस्कटलेले आहेत. चेहरा भीतीने ग्रासलेला. अंगावरचे कपडे फाटलेले आहेत. कुमारचा तो अवतार पाहून सारे चकित होतात.)

| सुलभा | : | कुमार! |
|---|---|---|

**सुलभा** : कुमार!

**कुमार** : *(संतापाने पुढे येतो. पुस्तके फेकतो.)* उद्यापासून मी कॉलेजला जाणार नाही.

**सुलभा** : कुमार, काय झालं?

**कुमार** : कॉलेज गेलं खड्ड्यात! मी जाणार नाही.

**राजेकाका** : *(कुमारजवळ जातात. त्याच्या खांद्यावर हात ठेवतात. कुमार त्वेषाने हात झटकतो. राजेकाका चकित होतात)* काय झालं? नीट सांग ना.

**कुमार** : नीट सांगू? ऐकायची ताकद आहे?

**सुलभा** : कुमार, तुझ्यासारख्या मुलाकडून ही अपेक्षा नाही. थोरामोठ्यांचा अपमान या घरात सहन केला जात नाही.

**कुमार** : मान सांगावा जनाला आणि अपमान सांगावा मनाला. ठीक आहे. मी काहीच बोलणार नाही.

*(कुमार आत जायला निघतो.)*

**सुलभा** : एक पाऊल पुढं टाकू नको. कुमार, हा उद्धटपणा मी खपवून घेणार नाही.

**कुमार** : उद्धटपणा माझा! हं! आई, तो नाही, याचीच शरम वाटते आहे. नाहीतर तोंडाला फासलेलं हे काळं! हे अंगावरचे वळ, चटके घेऊन घरी आलो नसतो. *(सुलभाच्या समोर जाऊन तोंडाची वाफ सोडतो.)* वास येतो? दारूचा वास आहे तो. ही जीभ बघ. बूट चाटून लाल झाली आहे.

**सुलभा** : कुमार... अरे, काय सांगतोस?

**राजेकाका** : कुमार, शुद्धीवर आहेस ना?

**कुमार** : आहे! तुम्ही राहता का पाहा. रॅगिंग... कधी नाव ऐकलंय?

**राजेकाका** : रॅगिंग आणि या शहरात.

**कुमार** : हो! कॉलेज संपलं आणि मित्राच्या वह्या द्यायला हॉस्टेलवर गेलो. वह्या देऊन वळणार, तोच मित्राच्या खोलीत चार-पाच दारू प्यायलेले विद्यार्थी घुसले. दार बंद केलं.

**शेखर** : मग तुमचे हात-पाय काय बांधले होते?

**कुमार** : सांगायच्या गोष्टी सोप्या असतात. रंग फासण्याइतपत सोपं नाही ते. आम्ही प्रतिकार करतो, हे पाहताच सारे तुटून पडले. एकाच्या हातात चेन होती. ती त्यानं आमच्यावर चालवली.

आम्ही दुबळे ठरलो.

**राजेकाका** : मग तुम्हाला सोडलं.

**कुमार** : तिथून सुरुवात झाली. आम्हा दोघांभोवती ते सारे बसले. एकानं दारूची बाटली मध्ये ठेवली. आम्हाला पिण्याची सक्ती करण्यात आली. आम्ही ते नाकारताच बळजबरीने आमच्या तोंडात दारू ओतली. कपडे काढून सिगारेटचे चटके दिले. पाढे पाठ करावेत, तशा शिव्या घोकायला लावल्या. ज्या जिभेनं भगवद्गीता पाठ केली, त्याच जिभेनं आज बुटाचं पॉलिश केलं.

**राजेकाका** : आणि एवढा प्रकार होऊनही तुमच्या मदतीला कुणी आलं नाही?

**कुमार** : सारे भीतीनं आपापल्या खोलीत बसले होते. आम्ही ज्युनिअर, ते सीनिअर!

**नाथा** : आयला! नावं सांग एकेकाची, पायतानानं फोडून येतो भडव्यांना....

**सुलभा** : नाथाऽऽ

**नाथा** : व्हायलं... पन...

**राजेकाका** : असंभव! काय, चाललंय काय! आदर्श म्हणून समजल्या जाणाऱ्या मिशन कॉलेजमध्ये हे प्रकार! मी प्रिन्सिपॉल लोबोला याबद्दल जाब विचारतो. कॉलेज चालवतात, की...

*(दारातून प्रि. लोबो प्रवेश करतो.)*

**लोबो** : मे आय कम इन.... *(प्रिन्सिपॉल आत येतो. सारे स्तब्ध बनतात.)* Sister आय डोंट नो, हाऊ टू एक्सप्रेस... मी शरमिंदा आहे. आय ॲम ऑफुली सॉरी.

**राजेकाका** : कॉलेज होस्टेलवर काय बीभत्स प्रकार घडले, हे कळलं का?

**लोबो** : हो! ते समजताच मी हॉस्टेलवर गेलो. कुमार, त्या शेमफुल प्रकारात सापडल्याचं कळलं. तसाच मी इकडं आलो. झाल्या प्रकाराबद्दल प्रिन्सिपॉल या नात्यानं आपली क्षमा मागण्यासाठी मी आलो आहे.

**राजेकाका** : पण क्षमा मागून यातून सुटता यायचं नाही.

**लोबो** : मिस्टर राजे, आपणही एका सन्मान्य शिक्षण संस्थेचे हेडमास्तर आहात. मी माझी जबाबदारी जाणतो. हा प्रकार परत कॉलेजमध्ये होणार नाही, याचं मी आपल्याला वचन देतो. ज्यांनी हा बीभत्स प्रकार केला, त्यांची गय होणार नाही. ती मुलं रस्टिकेट केली

जातील, हे मी पाहीन. यापेक्षा मी दुसरं काय करू शकतो? कुमारकडून कॉलेजच्या खूप अपेक्षा आहेत. त्याच्याबाबतीत हे घडावं, हे खरोखरच दुर्दैव आहे.

**कुमार** : सर! तुम्ही वाईट वाटून घेऊ नका. मी परत कॉलेजला जाणार नाही.

**लोबो** : नो! यू कांट टेक दॅट डिसिजन...

**कुमार** : हे प्रकार ज्या कॉलेजमध्ये....

**लोबो** : नो, माय बॉय, ज्या कॉलेजमध्ये नव्हे. तुझ्या कॉलेजमध्ये! हे प्रकार आपण थांबवायला हवेत. वुई मस्ट पुट ॲन एन्ड टू धिस.

**सुलभा** : आपल्या कॉलेजात हा प्रकार होईल, असं वाटलं नव्हतं!

**लोबो** : धिस इज ए सॉर्ट ऑफ एपिडेमिक... ही साथ आहे! मोठ्या शहरांतून ही पसरते.

**राजेकाका** : सुलभा, या तरुण पिढीला वेगळं वळण लागत आहे. पुरुषार्थ खऱ्या अर्थानं लुप्त झाला आहे. त्याऐवजी दारू पिणं, जुगार खेळणं, सिगारेटी फुंकणं हा पराक्रम बनला आहे. पाहिलं नाहीस, ती कामिनी केवढ्या धिटाईनं सिगारेट आणायला गेली, ती! हॉस्टेलवर नवे आलेले विद्यार्थी या सवयीला चटावलेले नसतात. ते स्वतःला नीतिमान समजतात, म्हणून चटावलेले विद्यार्थी या नव्या लेकरांना आपल्या कळपात ओढण्यासाठी हा प्रकार करतात.

**लोबो** : हे खरं असलं, तरी अर्धसत्य आहे. याचा दोष मूळ शिक्षण संस्थेतच आहे.

**शेखर** : इंजिनीअरिंग, मेडिकल कॉलेजमध्ये याची सुरुवात झाली आहे. चालक संस्था उभी करतात; पण ती संस्था अद्ययावत करण्याला सरकारी मदत कमी पडते. ती गरज भागविण्यासाठी हजारो रुपयांच्या बिनहिशेबी देणग्या घेऊन विद्यार्थ्यांची भरती करण्यात येते. ते विद्यार्थी संस्थेचे जावई बनतात. डिग्र्या विकत घेतात. गर्भश्रीमंत घरांतून आलेली ही मुलं शिक्षणाआधीच बेताल जीवनाचे पदवीधर बनलेले असतात. त्यांचा हा शिक्षणप्रचार थांबवण्याची कुवत त्या शिक्षण संस्थेत कुठून येणार? आणि त्या फॅशनचे बळी कुमारसारखे सालस विद्यार्थी बनतात.

**लोबो** : राईट यू आर! आणि त्यांचमुळं चांगल्या संस्था बदनाम होतात.

Sister, उद्या आपण कुमारला घेऊन कॉलेजमध्ये या. ज्यांनी या शेमफुल प्रकारात भाग घेतला, त्यांना दया दाखवली जात नाही, हे आपण पाहाल. नो मर्सी वुईल बी शोन टू दोज हू पार्टिसिपेटेड इन धिस शेमफुल ॲक्ट.

**सुलभा** : मी तसं म्हणत नाही.

**लोबो** : म्हणत नसाल, तर म्हणा! त्याचे परिणामही मी जाणून आहे. मी त्या मुलांना रस्टिकेट केलं, तर माझ्यावर दडपण आणलं जाईल. त्या मुलांचे पालक राजसत्तेपर्यंत जाऊ शकतात, हे मी जाणतो; पण मिशनरी या नात्यानं मी विश्वास देऊ इच्छितो. दरोडेखोर म्हणून पृथ्वीतलावर जगण्यापेक्षा आम्ही आनंदात क्रूसावरचं मरण पत्करू. मी उद्या आपली वाट पाहतो. गुड नाईट.

*(लोबो जाण्यासाठी वळतो.)*

**सुलभा** : थांबा, प्रिन्सिपॉलसाहेब! चहा तरी...

**लोबो** : नो! थँक्यू! या घरात निदान आजतरी चहा घेण्याची माझी योग्यता नाही. एक्स्क्यूज मी... थँक्यू... गुड नाईट.

**नाथा** : बरं बाई, मी येतो.

*(लोबो, नाथा जातात.)*

**सुलभा** : कुमार... आत जा... वॉश घे. मी पाहते, कुठं लागलं ते.

**शेखर** : सिगारेटचे चटके दिले, म्हणून काही होत नाही. कोल्डक्रीम लावलंस, तरी ते बरे होतील.

**सुलभा** : चटके शरीरापेक्षा मनाला जास्त लागतात. कुमार, मी उद्या कॉलेजमध्ये येईन. त्या मुलांना शिक्षा झालीच पाहिजे. ते आम्ही पाहू.

**शेखर** : कुमार, शहाणा असशील, तर तसं करू नकोस. हा माझा सल्ला आहे. स्वतःचा दुबळेपणा दुसऱ्यावर कधी लादू नये. त्याचं समर्थनही करू नको.

**राजेकाका** : हे दुबळेपणाचं समर्थन नाही! अन्यायाचा सनदशीर प्रतिकार आहे!

**शेखर** : काका, अन्यायाला सनदशीर प्रतिकार नसतो. पुरुषासारखा पुरुष म्हणवून घेतो आणि मार खाल्ला, हे घरी सांगत येतो. शरम वाटायला हवी. तळ्यात लहान-मोठे मासे एकत्र नांदत असतात.

जे लहान मासे मोठ्या माशांच्या तोंडाशी येतात, तेच भक्ष्य बनतात. त्या माशांना चुकवत जे जगतात, तेच पुढं मोठे होतात. पाण्यात राहून मोठ्या माशाशी याला वैर करता येणार नाही. रॅगिंग करणारी मुलं रस्टिकेट झाली, तर गुंडगिरीच्या बळावर ते कॉलेजमध्ये संप घडवून आणतील. ती मुलं सुटतील. प्रिन्सिपॉल घरात बसेल आणि नंतर साऱ्यांचं टारगेट हा एकटा कुमार बनेल. त्याला वाचवायला तुमची ताकद पुरी पडणार नाही.

सुलभा : म्हणून स्वस्थ बसायचं! या रॅगिंगचं तू समर्थन करतोस?

शेखर : हे समर्थन नाही. हे कटू सत्य आहे. गावात तापाची साथ झाली, तर त्याची प्रतिबंधक लस टोचली जाते. ती लस म्हणजे काय असतं, माहीत आहे? त्याच साथीच्या क्षीण जंतूंनी ती लस तयार होते. रक्ताला त्या जंतूंविरुद्ध झगडण्याची शक्ती निर्माण करणं हाच प्रतिबंधक उपाय असतो.

सुलभा : तुझे उपाय मला माहीत नाहीत; पण जो प्रकार कुमारबाबत झाला, तो कुणाच्याही नशिबी येऊ नये, असं वाटतं.

शेखर : ते अटळ आहे. साऱ्या तरुण विश्वात पसरत असलेला हा रॅगिंगचा प्रकार थोपवणार कोण? त्याला प्रतिकार करायचा झाला, तर शक्तिशालीच बनलं पाहिजे. रॅगिंग हा समाजाचा धर्म बनत आहे.

राजेकाका : रॅगिंग आणि धर्म! हे तत्त्वज्ञान नवीनच ऐकतोय मी.

शेखर : कारण उघड्या डोळ्यांनी तुम्ही पाहत नाही. बसमध्ये जागा मिळविण्यासाठी रांग सोडून धावणारी माणसं, त्यांची धक्काबुक्की हा रॅगिंगचा प्रकार नाही? घेराओच्या प्रतिष्ठित नावाखाली रॅगिंगच चालतं ना? तेवढंच कशाला, आणीबाणीच्या नावाखाली दोन वर्ष सारा देश राज्यसत्तेनं भरडून काढला, तो प्रकार रॅगिंगपेक्षा काय वेगळा होता?

सुलभा : आणि म्हणून या कुमारनं, होईल तो प्रकार शांतपणानं सहन करावा असं वाटतं?

शेखर : मुळीच नाही! (कुमारकडे वळून) कुमार, उद्या कॉलेज सुटल्यावर परत त्याच हॉस्टेलच्या खोलीत जा.

कुमार : मी!

शेखर : हो! तू!! आणि ते टोळकं आलं आणि दारूची बाटली समोर

ठेवली, तर बेलाशक उचलून त्यातले दोन घोट घे. पालथ्या हातानं धीटपणे ओठ पूस. काडेचिराईतापेक्षा ती दारू सहन करता येते. त्यांनी तुझ्या पँटीला हात घातला, तर वर्षातून एकदा गोमूत्र पिताना डोळे मिटतोस, तसे घट्ट डोळे मीट आणि बदला घेण्याचा निर्णय करून प्रतिस्पर्ध्यांच्या पँटला नको तिकडे हात घाल. बघ, काय दशा होते, त्याची.

सुलभा : स्टॉप इट! आय से, स्टॉप इट! शेखर, त्याला कॉलेजला पाठवते, ते वेगळ्या शिक्षणासाठी. या शिक्षणाची तिथं जरुरी नाही.

शेखर : हे शिक्षण त्याच्या अंगी बाणलं नाही, तर तुला हवं ते शिक्षण घेणं जमणार नाही.

सुलभा : कुमार, तू आत जा! वॉश घे. नंतर आपण ठरवू काय करायचं, ते! (कुमार आत जातो.) शेखर, असले विचार मला आवडत नाहीत.

शेखर : हा आवडण्याचा प्रश्न नाही. पदराखाली वाढवलेली मुलं जगात उभी राहण्यास असमर्थ ठरतात.

राजेकाका : शेखर! गाढवानं लाथ मारली, म्हणून गाढवाला लाथ मारणं हे शहाणपण ठरत नाही. गुंडगिरीचा प्रतिकार गुंडगिरीनं केला पाहिजे, हा सिद्धान्त दिसायला किती जरी सरळ असला, तरी तो फसवा आहे.

शेखर : राजेकाका, आपल्या देशात एक महात्मा होऊन गेला. बाकीचे सारे गुंडच राहिले. माझं काय? वाटलं, ते सांगितलं. च्यूज युवर वे! आय हॅव नो ऑब्जेक्शन!

(त्याच वेळी संतापलेली कामिनी प्रवेश करते.)

कामिनी : शेखर वुई मस्ट गो! इथं मी क्षणभरही राहणार नाही. व्हॉट अ फिल्दी टाऊन!

राजेकाका : हे शहर फिल्दी! मुली, या शहरासारखं सुरेख शहर नाही.

कामिनी : हे तुम्ही म्हणता...

शेखर : सिगारेटस् मिळाल्या?

कामिनी : तो दुकानदार हसायला लागला. तिथं चार टारगट मुलं उभी होती. त्यांनी हव्या त्या कॉमेंटस् केल्या. शिट्या मारल्या. घरापर्यंत पाठलाग करत आले.

शेखर : इथवर मजल गेली? बाहेर आहेत?

कामिनी : असतील!

शेखर : चल दाखव! बघ, कसा धडा शिकवतो, ते!

*(शेखर जाऊ लागतो.)*

राजेकाका : शेखर, कुठं निघालास?

शेखर : त्यांना मॅनर्स शिकवायला! पोरींची चेष्टा करतात!

राजेकाका : मग काय चुकलं?

शेखर : हे तुम्ही विचारता?

राजेकाका : हो! जे तत्त्वज्ञान कुमारबाबत सांगत होतास, ते इथं का आचरत नाहीस?

शेखर : ही थट्टेची वेळ नाही. मला ती खपत नाही.

राजेकाका : मी थट्टा केली नाही.

शेखर : हिची टिंगल उडवली, हे क्षम्य समजता तुम्ही?

राजेकाका : का समजू नये! हिचे कपडे बघ! तारुण्याचं प्रदर्शन करणारे हे कपडे. असले उत्तान कपडे घालून ही सिगारेट घ्यायला जाते. हिला पाहून तरुण पोरांनी शिट्या मारल्या, तर काय चुकलं! तेही तरुण आहेत. दोष असलाच, तर तो हिचा आहे. त्या पोरांचा नाही. त्यांना धडा शिकवण्याऐवजी हिला शिकवता आला, तर शिकव.

कामिनी : होल्ड युवर टंग!

राजेकाका : शटअप! आपण काचेच्या घरात राहून दुसऱ्यांच्या घरावर दगड मारू नये.

कामिनी : नॉनसेन्स! शेखर! वुई मस्ट गो! फार वेळ झाला. पप्पांना मी नऊपर्यंत येईन, म्हणून सांगितलं होतं!

शेखर : आय ॲम रेडी! मी तुझीच वाट पाहात होतो. आई, आम्ही येतो.

सुलभा : पण रात्र होईल...

शेखर : रात्र कसली! दोन तासांत जाऊ! तिचं ड्रायव्हिंग तुला माहीत नाही. विमान चालवते, असं वाटतं.

सुलभा : जपून जा! सावकाश जा!

कामिनी : डोंट वरी, मम्मी! बाय बायऽऽ

*(शेखर-कामिनी जातात. सुलभा निःश्वास सोडते.)*

सुलभा : काका, या मुलाकडं पाहिलं, की भीती वाटते.

राजेकाका : त्यात भीती वाटण्यासारखं काय आहे?

सुलभा : शेखरचे विचार ऐकले नाहीत?

राजेकाका : ते विचार जरूर धक्कादायक होते; पण अर्थहीन नव्हते. हेही तितकंच खरं.

सुलभा : त्यामुळंच तर मला भीती वाटते. या मुलांच्या गुणाचं कौतुक करावं, का त्यांच्या धाडसाचं?

राजेकाका : कौतुक करायचं, तिथं केलं पाहिजे सुलभा; पण त्याचबरोबर कर्तृत्व घराण्याला आणि समाजाला हितकारक आहे किंवा काय, याचाही मागोवा घेत राहिलं पाहिजे.

सुलभा : लहान असेतोपर्यंत मुलं चांगल्या संस्कारांत वाढावी, म्हणून जिवाचं रान केलं. आता ती मोठी झाली. बाहेरच्या जगात वावरायला लागली, तिथं माझे हात पोहोचत नाहीत, काका.

राजेकाका : हीच खरी समस्या आहे. पंख फुटून पिल्लं घरट्याबाहेर पडली, की त्यांची भरारी कुठवर जाईल, याचा अंदाज आपल्याला येत नाही. त्यांना त्यांच्याच मार्गानं जाऊ दिल्याखेरीज शहाणपण येणार नाही.

सुलभा : देवाकडं मी तेच मागते. त्याची झेप उंच स्थानासाठी असावी. वाटतं, हे आयुष्य अब्रूनिशी पार पडलं, की धडपडत जगल्याचं सार्थक झालं. आता तुम्ही सांगता, ती हेडमिस्ट्रेस होऊन अधिक जबाबदारी कशी घ्यावी, हाही प्रश्न समोर भेडसावतो.

राजेकाका : ती आपणच घ्यायला हवी. बदलत्या काळाचं हे आव्हान आहे, ते आपण स्वीकारलंच पाहिजे.

सुलभा : मी कुमारकडं पाहून येते.

राजेकाका : सुलभा, तो झोपला असेल, तर झोपू दे. त्याला उठवू नको. *(सुलभाला हुंदका फुटतो! राजेकाका जवळ जातात.)* सुलभा, काय झालं?

सुलभा : मला खूप भीती वाटते. हे गेले. कपाळासारखं जग मोकळं झालं. शिकवण्या केल्या. तुमच्या आधारानं शिकले. तुमच्यामुळं शाळेत नोकरी लागली. दोन मुलांसाठी जगले. त्यांना शिकवून मोठं करायचं; हे स्वप्न बाळगलं. त्यामागं तहानभूक हरवून धावले; पण आता पाय थकले काका! या परिस्थितीत या

मुलांचं काय होणार?

**राजेकाका :** पूस ते डोळे. काही होत नाही. उद्या कुमारला घेऊन कॉलेजात जा. त्या मुलांना समज द्यायला सांग, त्यापेक्षा जास्त काही करू नका. म्हणावं, शेखर म्हणाला ते खरं, त्या मुलांना रस्टिकेट केलं, तर उलट प्रकरण चिघळेल. कुमारलाच त्याचा त्रास होईल.

**सुलभा :** मी पाहून येते हं कुमारला. तुम्ही बसा ना. आपण या जागेबद्दल बोलू या.

*(सुलभा आत जाते. राजेकाका प्रभाकरच्या चित्राकडे पाहत असतात. त्याच वेळी त्यांचं लक्ष दुसऱ्या पेंटिंगकडे जातं. ते ते उचलतात. पाहतात. आपल्या हाताच्या पंजाकडे त्यांचं लक्ष जातं. ते पेंटिंग ठेवत असता बेल वाजते. राजेकाका दार उघडतात. शिक्षण-संस्था संचालक गोखलेगुरुजी आत प्रवेश करतात. अंगात खादीचा शुभ्र वेष आहे. खुरटलेली दाढी आहे. मानेवर केस रुळत आहेत. खांद्यावर पंचा आहे. राजेकाका नम्रपणे नमस्कार करतात.)*

**गो. गुरुजी :** श्रीकृष्ण! राजे, तुम्ही इथं असाल, असं वाटलं नव्हतं.

**राजेकाका :** शाळा सुटल्यावर अधूनमधून एखादी तरी चक्कर असतेच माझी.

**गो. गुरुजी :** आनंद! या जगात माणूस जगतो, ते स्नेहाच्या, जिव्हाळ्याच्या बळावर. बाई आहेत ना?

**राजेकाका :** आहेत ना! कुमारला बघायला आत्ता हेच आत गेल्यात. हाक मारू?

**गो. गुरुजी :** नको, नको! सावकाश येऊ द्यात. तशी मला घाई नाही. मी पण ते नुकतंच ऐकलं. नाथा भेटला होता. कॉलेजमध्ये रॅगिंग झालं, म्हणे!

**राजेकाका :** कॉलेजमध्ये नव्हे, हॉस्टेलवर!

**गुरुजी :** तेच ते! बरं झालं! हे मिशनरी जगाला शिस्तीचे धडे देत होते. आता बघ, म्हणावं *(हसतात)* आणि आमचेही लोक याच्या नादाला लागतात. मिशन स्कूल, कॉलेज म्हटलं, की भान हरपतं, गुलामगिरीच्या सवयी अजूनही आपल्या देशातून जात नाहीत. भारी दुःख वाटतं. देशाच्या भवितव्याची चिंता वाटते.

राजेकाका : मिशनच्या शैक्षणिक दर्जाबद्दल चांगला लौकिक आहे.

गुरुजी : हे तुम्ही सांगता? त्यांचा लौकिक बघून आपलं पोट थोडंच
भरणार आहे? तो लौकिक तुम्ही संपादन करायला हवा, तिकडं
लक्ष द्या.

राजेकाका : जरूर देता येईल; पण काही पथ्यं पाळावी लागतील.

गुरुजी : कसली पथ्यं?

राजेकाका : मुलं नापास झाली, तरी खालून वरपर्यंत ढकलली जातात
आणि त्याचमुळं बोर्डाच्या परीक्षेत रिझल्ट फार कमी लागतो.
मिशनमध्ये हे चालत नाही, त्यामुळं त्यांचा रिझल्ट उत्कृष्ट
लागतो.

गुरुजी : छान सांगता! तसं करायचं झालं, तर मग ग्रँट कशी मिळवणार!
मिशनला सरकारी पैशाची गरज नसते. आपलं तसं नाही. ही
शाळा आहे, म्हणून आमच्या आश्रम, गोशाळा चालतात.

राजेकाका : पण आपणच म्हणालात म्हणून...

गुरुजी : मी ध्येयाबद्दल म्हणालो. ध्येय असावं, पण ते सावकाश,
परिस्थित्यनुसार गाठावं. ते सदैव डोळ्यांसमोर ठेवावं, एवढंच
मी म्हणालो. तुम्हाला आता जायचं असेल, तर जा.

राजेकाका : बाई आल्या की...

गुरुजी : त्यांना हाक मारू नका. त्या सावकाश येऊ द्यात. मी वाट
पाहीन त्यांची. तुम्ही जा.

राजेकाका : मग मी येऊ?

गुरुजी : श्रीकृष्ण! आणि हे पाहा. त्या नाथाला माजोर चढला आहे.
अलीकडे आश्रम झाडायला वेळेवर येत नाही. ही मिजास
चालणार नाही, म्हणावं. नोकरी जाईल, म्हणावं. पाहता काय!
ज्याला लिहायला-वाचायला येत नाही, त्याची नोकरी टिकत
नसते. संस्थेच्या नियमाप्रमाणे...

राजेकाका : त्याला लिहायला वाचायला येतंय.

गुरुजी : मला सांगता!

राजेकाका : सुलभाताईंनी त्याला शिकवलं आहे.

गुरुजी : (वरमतो) तेवढंच शिकवा, म्हणावं. जा तुम्ही.

*(राजेकाका निघून जातात. गुरुजी प्रभाकरचं पेंटिंग पाहत असतात.*
*तोच सुलभा येते. पाठमोऱ्या गुरुजींना पाहून तिची प्रसन्नता*

लोपते. खाकरते. गुरुजी वळतात. सुलभा नमस्कार करते.)

गुरुजी : श्रीकृष्ण! माझ्या येण्यामुळं व्यत्यय तर आला नाही ना!

सुलभा : व्यत्यय कसला? घर आपलंच आहे. बसावं आणि राजेकाका
कुठं आहेत?

गुरुजी : ते गेले.

सुलभा : जाताना भेटले नाहीत.

गुरुजी : त्यांना तातडीनं जायचं होतं. मलाच त्यांनी निरोप सांगितला.
कुमारची बातमी कळली. वाटलं, भेटून जावं. फार लागलं नाही
ना?

सुलभा : नाही! जरा भ्यायलाय तो!

गुरुजी : कोणीही घाबरेल! ही काय साधी गोष्ट आहे? असले प्रकार
पालकांनी खपवून घेऊ नयेत.

सुलभा : प्रिन्सिपॉल लोबो आले होते.

गुरुजी : कशाला?

सुलभा : माफी मागायला!

गुरुजी : माफी मागून का हानी भरून निघते! कोवळं मन एकदा दडपलं
गेलं, की उठणं कठीण. तुम्ही सरळ सरकारला ही गोष्ट
कळवा. माझ्या ओळखीचे मंत्री आहेत. त्यांच्या कानावर ही गोष्ट
मी स्वत: घालीन.

सुलभा : तेवढ्या पुढं जायचं नाही मला.

गुरुजी : राहिलं! वाटलं, ते सांगितलं; पण ही गोष्ट क्षम्य नाही, एवढंच
सांगावंसं वाटतं. प्रभाकरपंतांचं हे पेंटिंग कुणी काढलं?

सुलभा : शेखरनं!

गुरुजी : सुरेख काढलंय! तो नाव काढणार, यात शंका नाही. लहानपणापासून
त्याला चित्रकलेची आवड. तुम्ही त्याला आर्ट्स कॉलेजमध्ये
घातलंत, फार चांगलं केलंत. मुलांची आवडनिवड पाहून त्यांना
शिकवण देणं फार थोड्या पालकांना जमतं.

सुलभा : ते श्रेय माझं नाही. शेखरच्या वडिलांनाच तो मोठा चित्रकार
व्हावं, असं वाटत होतं. त्यांच्या इच्छेसाठी म्हणूनच...

गुरुजी : तेच म्हणालो मी. आज प्रभाकरपंत असायला हवे होते. त्यांना
हे पोर्ट्रेट पाहून खूप अभिमान वाटला असता.

सुलभा : (हसते) ते असते तर हे पोर्ट्रेट काढलं गेलं नसतं.

**गुरुजी** : हो, तेही खरंच! मेल्याखेरीज गळ्यात हार पडत नाहीत. एवढा सालस, निष्ठावंत माणूस; पण वाया गेला. कुणाचंही जीवन असं वाया जाऊ नये.

**सुलभा** : त्यांचं जीवन वाया गेलं नाही, गुरुजी! कुणीतरी निष्ठा बाळगून जगतं, मरतं, म्हणून जग समाधानानं राहत असतं.

**गुरुजी** : हो, तेही खरंच! निष्ठा कधी वाया जात नाही. नाहीतर मी आज इथं आलो नसतो.

**सुलभा** : आपण बोलावलं असतंत, तर मी आले असते.

**गुरुजी** : तो अधिकार आमचा कुठला? काल स्कूल कमिटीची मीटिंग झाली. राजेमास्तर आता सेवानिवृत्त होणार. त्यांच्या जागी कुणाची नेमणूक करावी, हा प्रश्न मीटिंगपुढं होता. मी एकच नाव घेतलं. कुणाचं, माहीत आहे?

**सुलभा** : माझं?

**गुरुजी** : एवढा आत्मविश्वास?

**सुलभा** : आत्मविश्वास नाही. राजेकाकांनी सांगितलं.

**गुरुजी** : हा चोंबडेपणा त्यांना कुणी करायला सांगितला होता? मीटिंगमधल्या खासगी गोष्टी बाहेर फुटतातच कशा! ही आनंदाची बातमी मलाच तुम्हाला सांगायची होती.

**सुलभा** : थँक्यू!

**गुरुजी** : थँक्यू कसलं? शेवटी संस्थाचालक म्हणून हे निर्णय माझ्याच हातांत असतात. आम्ही तुमच्यासाठी एवढं करतो; पण तुम्ही मात्र तुटकपणे वागता, ते खटकतं.

**सुलभा** : तुटकपणे नव्हे. आपली योग्यता मोठी! आम्ही काही झालं, तरी शाळेचे नोकर. पायरीप्रमाणे माणसानं राहावं.

**गुरुजी** : ते शाळेच्या आवारात! तुम्ही संसारासाठी ज्या तऱ्हेनं धडपडलात, त्याचं आम्हाला कौतुक आहे. स्वतःच्या पायांवर उभं राहून एका बाईमाणसानं संसार सावरणं, हे का सोपं आहे. एक आदर्श गृहिणी, एक आदर्श शिक्षिका म्हणून आम्ही तुमच्याकडे पाहतो. अनेक वेळा तुमची काळजीपण वाटते.

**सुलभा** : काळजी!

**गुरुजी** : केव्हातरी आश्रमात एकटा असलो, की का, कुणास ठाऊक तुमचा विचार येतो. किती केलं, तरी जीवनात एकटेपण भारी सतावतं. माझंच पाहा ना, या संस्थेच्या पायी मी संसार मांडला

नाही. संस्था हाच माझा संसार समजला. संस्था, आश्रम, गोशाला हे सारे व्याप असूनही जेव्हा मी झोपी जातो, तेव्हा एकटेपणाची जाणीव तीव्रतेनं होते. किती केलं, तरी मीही माणूसच आहे. आपल्याला कुणीतरी जिव्हाळ्यानं पाहणारं असावं, असं वाटतं.

| | | |
|---|---|---|
| **सुलभा** | : | *(आश्चर्यचकित होऊन)* गुरुजी, हे आपण सांगता! |
| **गुरुजी** | : | हे तुम्ही एकट्या आहात, म्हणून बोलतो. हे मनाचं गुदमरणं सांगायलासुद्धा कोणी नाही. हे ध्यान, चिंतन नेहमीच उपयोगी पडत नाही. केव्हातरी शारीरिक भुका आक्रंदून उठतात. |
| **सुलभा** | : | मग तुम्ही लग्न का करीत नाही? |
| **गुरुजी** | : | सुळावरच्या माणसाला खाली उतरता येत नाही, सुलभा. आता ते वयही राहिलं नाही. माझं जीवन वैयक्तिक राहिलं नाही. ते सार्वजनिक बनलं आहे. मी जे भोगतो, तेच वेगळ्या अर्थानं तुम्हाला भोगावं लागत असेल. |
| **सुलभा** | : | नाही, गुरुजी! मला तसलं दुःख नाही. हरवल्या, तरी आठवण्यासारख्या अनेक आठवणी उराशी आहेत. |
| **गुरुजी** | : | नुसत्या आठवणींवर माणूस जगत नाही. |
| **सुलभा** | : | नुसत्या आठवणी का? हे दोन माझे पंख आहेत ना! ते त्याच उपभोगलेल्या संसाराची फळं आहेत. त्यांच्यासाठी, शाळेतील मुलांसाठी श्रम करताना दिवस पुरत नाही. स्वतःसाठी विचार करायला मला वेळच कुठं आहे? |
| **गुरुजी** | : | दिवस जातो, पण रात्र.... केव्हातरी एकटं वाटतं ना! त्या एकांताशी झगडायला खूप ताकद लागते. |
| **सुलभा** | : | ती ताकद माझ्याजवळ आहे. |
| **गुरुजी** | : | ती फार वापरू नये, असं मानसशास्त्र सांगतं. या भावना दडपण्यामुळं पुढं मानसिक विकृती निर्माण होतात. त्या फार भयानक असतात. |
| **सुलभा** | : | आपल्याला काय म्हणायचंय? |
| **गुरुजी** | : | काही नाही! जर कधी एकटं वाटलं, तर तेच दुःख भोगणारा आणखी एक जीव आहे, हे विसरू नका. सुलभा, यापेक्षा स्पष्ट सांगायला हवं? |
| **सुलभा** | : | गरज नाही. मी दार उघडते. आपली मनःस्थिती मला ठीक दिसत नाही. |

*(सुलभा दार उघडते. अपमानित गुरुजी संतापतात.)*

**गुरुजी** : तुमच्यासारखा संताप करून घेणं मला जमत नाही. मी जातो. याचक म्हणून आलो; पण संस्थेचा सत्ताधारी म्हणून बाहेर जात आहे. जाताना एवढंच सांगावंसं वाटतं, की तुमची नोकरी, बढती माझ्या हातात आहे. ती हवी असेल, तर मला एवढं दुरावून चालायचं नाही.

**सुलभा** : *(संताप आवरत)* दरवाजा मोकळा आहे!

**गुरुजी** : हो, दरवाजा मोकळा आहे! तुम्ही होऊन तो बंद करेपर्यंत मी तो मोकळाच ठेवीन. विचार करा. येतो आम्ही. जय श्रीकृष्ण...

*(गुरुजी जातात. सुलभा उभ्या जागी अश्रू ढाळत असते. पडदा पडतो.)*

# अंक दुसरा



*स्थळ* : सुलभाचे घर
*वेळ* : सायंकाळ.

*(पडदा उघडतो, तेव्हा कुमार सिनेमाचे मासिक वाचत पडलेला आहे. बेल वाजते. कुमार धडपडत उठतो. मासिक गादीखाली लपवतो. गीता हाती घेतो. परत बेल वाजते. कुमार जाऊन दार उघडतो. सुलभा, नाथा प्रवेश करतात.)*

**सुलभा** : कुमार, काय करत होतास?

**कुमार** : काही नाही, गीता वाचत होतो.

**सुलभा** : अरे, संध्याकाळची वेळ, जरा फिरून आलं, तर बरं वाटतं.

**कुमार** : आई, परीक्षा झाल्यापासून फिरावंसं वाटत नाही.

**सुलभा** : परीक्षा होऊन इतके दिवस झाले, तरी थकवा नाही गेला?

**नाथा** : आता ते काय सादं पास होणार? नंबर काढणार तो. त्यांस्नी लई त्रास झाला असणारच!

**सुलभा** : काढू दे, बाबा, नंबर. म्हणजे सुटले मी, बघ.

**कुमार** : आणि हा नाथा कुठं भेटला?

**सुलभा** : वाटेतच. नाथा, शाळा सुटली ना?

**नाथा** : व्हय. पन, बाई शाळेतनं तर लवकर आलासा, आनी अशा उन्हातानातनं कुठं गेला व्हता?

**सुलभा** : अरे बाबा, संसार आहे ना? त्या बहिणाबाईनं उगीच नाही सांगितलं, 'अरे संसार संसार, जसा तवा चुलीवर, आधी हाताला चटके, मग मिळते भाकर...'

*(सुलभा आत जाऊन ताटातून तांदूळ आणते.)*

**नाथा** : अक्षी खरं हाय, बगा. माझ्या पदरात एक पोर आनि एक

बायकू, पण कायबी पुरत न्हाई. माझी आई सांगायची. म्हनायची, एकदा का तीन दगडांची चूल मांडली, की जग आनलं, तरी पुरवठ्याला येत न्हाई.

| | | |
|---|---|---|
| **सुलभा** | : | खरं आहे. |
| **कुमार** | : | पण आई, एवढ्या उन्हाची गेली होतीस कुठं? |
| **सुलभा** | : | अरे, आपले भीमराव देशमुख आहेत ना! त्यांची मुलगी आमच्या शाळेत आहे. गणितात कच्ची. त्यांचा निरोप आला होता, शिकवणी करता का म्हणून! |
| **कुमार** | : | मग शिकवणी घेतलीस? |
| **सुलभा** | : | नाही. मला त्यांचं वागणं बरं वाटलं नाही. रात्री मुलीला शिकवायला या, म्हणायला लागले. मी, विचार करून सांगते, म्हणून सांगितलं. नाथा, कसे आहेत रे ते भीमराव देशमुख? |
| **नाथा** | : | एकदम चालू. |
| **सुलभा** | : | नाथा, किती वेळा सांगितलं, असं बोलायचं नाही, म्हणून? |
| **नाथा** | : | चुकलं, बाई. पन त्यो मानूस खरा न्हवं! त्याच्या घरात गेलं, तरीबी वाईट नजरेनं मानसं बघत्यात. |
| **सुलभा** | : | श्रीमंत आहेत... त्यांना कोण बोलणार? |
| **नाथा** | : | अगदी खरं! उसाचा पैसा हाय, कुनालाबी विकत घेतील ते. लई माजोर चढलाय त्यांस्नी. बाई, म्या सांगतो. तुमी ती शिकवणी घेऊ नका. तो पापाचा पैसा घरात नगं. |
| **सुलभा** | : | अरे, कोण करतंय शिकवणी? |
| **कुमार** | : | पण आई, गेलीसच का? ही शाळा, त्यात दोन शिकवण्या करतेस. आणखीन हव्यात कशाला उसाभरी? |
| **सुलभा** | : | तू लहान आहेस. अरे, अशी कष्टाला भ्यायले, तर दिवस कसे जातील? |
| **कुमार** | : | हे बघ, आता माझी परीक्षा झाली. मी कुठंही नोकरी करून घर चालवीन. |
| **सुलभा** | : | कुठंही नोकरी करायची असती, तर अशी धडपडले नसते मी. तुम्ही मोठे झालात, मानाची जागा मिळवून राहिलात, की माझ्या घेतलेल्या साऱ्या कष्टाचं चीज झालं. माझी काळजी तू करू नकोस. |
| **कुमार** | : | मग आम्ही जगायचं कशासाठी? |
| **सुलभा** | : | माझ्यासाठी नव्हे. तुमच्या पुढच्या पिढीसाठी. तुम्हाला बघून |

मला आणि तुमच्या पिढीला आनंद वाटावा, यासाठी. नाथा, माझं एक स्वप्न आहे. शेखर मोठा चित्रकार होईल. हा मोठा इंजिनीअर होईल, विश्वेश्वरय्यासारखं नाव कमावेल. रविवर्म्याची चित्रं घरोघरी पोहोचली, तशी शेखरची चित्रं देव्हाऱ्यात पुजली जातील. केव्हातरी या पोरांचा सत्कार होईल. त्यांच्या स्तुतीची भाषणं होतील, त्यांच्या गळ्यांत हार पडतील, त्या दिवशी त्या सभेत मी कुठंतरी मागं उभी राहून भरल्या डोळ्यांनी ते दृश्य पाहीन. टाळ्यांचा कडकडाट होत असताना उभ्या जागी माझा जीव संथपणे निघून जाईल. जिची सारी इच्छा सफल झाली, तिनं जगायचं कशाला? त्याच क्षणी जीवनाचा अंत होणं हेच परमोच्च सुख!

**कुमार** : आईऽऽ

**सुलभा** : घाबरू नको. ते सुख पाहीपर्यंत मी मरणार नाही. ते सुख मला दाखविल्याखेरीज परमेश्वर राहणार नाही.

**कुमार** : आई, तू असं बोलू नकोस. तुझी निराशा आम्ही करणार नाही. तुझे कष्ट वाया जाऊ देणार नाही. त्यासाठी हवं ते करू.

**नाथा** : व्हय, बाईसाहेब, तुमच्याऐवजी दुसरं कुनी असतं, तर या वयात पाटी-पेन्सिल घेतली नसती. नोकरी सुटली, तर रस्त्यावर हमाली केली असती, पन हे ग म भ न केलं नसतं; पण तुमच्यासाठी शिकलो का न्हाई?

**सुलभा** : *(हसते)* लिहा-वाचायला शिकलास, पण बोल सुधारत नाही. तेवढं शिक.

**नाथा** : ते व्हाऊ दे! तुमी बोलतासा, तसं बोलाय लागलो तर भाकरीला मुकंन मी.

**सुलभा** : ते रे का?

**नाथा** : असं घरात बोलाय लागलो, तर कारभारनीला समजंल व्हय?

**सुलभा** : शहाणा आहेस. आधी अभ्यास पुरा कर. फार वेळ झाला, बाई, स्वयंपाकाच्या तयारीला लागायला हवं.

**नाथा** : मी मदत करू?

**सुलभा** : काही नको, अभ्यास कर.

*(सुलभा आत जाते. नाथा टेबलावर जाऊन बसतो.)*

**कुमार** : *(त्याच्याकडे रोखून पाहत)* नाथा, माझ्या टेबलावर अभ्यास

करणार?

| | | |
|---|---|---|
| **नाथा** | : | मग काय बिघडलं? आता तुमची परीक्षा झाली. |
| **कुमार** | : | अरे, पण मला वाचायचं आहे. |
| **नाथा** | : | माहीत हाय, काय वाचताय ते! ती सिनेमातली उघड्या बायांची... |
| **कुमार** | : | *(दचकून)* नाथाऽऽ तुला काय माहीत? |
| **नाथा** | : | *(हसतो)* काल खोली साफ करीत होतो, तवा त्या गादीखाली बघिटलं... |
| **कुमार** | : | चांगलं केलंस. पण आईला सांगू नकोस हं! |
| **नाथा** | : | छा! मलाबी आवडत्यात तसली बगायला. |
| **कुमार** | : | अभ्यास कर, नाथा! |

*(कुमार वाचू लागतो. नाथा अभ्यास करीत बसतो.)*

| | | |
|---|---|---|
| **नाथा** | : | कुमारदादा... |
| **कुमार** | : | काय? |
| **नाथा** | : | मँगो म्हणजे आंबा. त्याचं अनेकवचन कसं करायचं? |
| **कुमार** | : | इ एस लाव... मँगोज् म्हणजे आंबे! |
| **नाथा** | : | इ एस मागं, का पुढं? |
| **कुमार** | : | *(कपाळ्याला हात लावतो. पुस्तक आपटतो)* आई, ए आईऽऽ |
| **सुलभा** | : | *(आतून बाहेर येत)* काय झालं किंचाळायला? |
| **कुमार** | : | विंचू चावला. |
| **नाथा** | : | इंचू? कवा? कुठं? |
| **कुमार** | : | गप्प बस. आई, हे बघ माझी परीक्षा झालीय, आता चार दिवस निवांत बसू दे. या तुझ्या अजाण लेकराची जबाबदारी तूच बघ. |
| **नाथा** | : | बाईसाब, जरा डिपीकल्टी इचारली, तर काय बिघडलं? येवडं सरळ सांगाय येत नाई, तर परीक्षेत काय पेपर लिवता? |
| **कुमार** | : | तुला नको काळजी. तू कृपा करून गप्प बस. |
| **सुलभा** | : | अरे, पण काय झालं? |
| **कुमार** | : | झालं काय? हे शहाणे मला विचारत होते. मँगोचं प्लूरल काय? |
| **नाथा** | : | खोटं बोलायचं नाय सांगून ठेवतो. बाईंना खोटं बोललेलं आवडत न्हाय. बाई, म्या मँगोचं पिल्ली इचारली नव्हती. अनेकवचन इचारलं व्हतं. |
| **कुमार** | : | *(कपाळ्याला हात मारून)* ऐका, आईसाहेब. गप्प बस नाथा, तेच म्हणालो मी. मी सांगितलं, इ एस लाव, तर हे शहाणे तुमचे |

शिष्यवर सांगतात, लावतो, पण पुढं का मागं? बोल, काय उत्तर आहे? आमच्या मासाहेब शहाण्या असत्या, तर त्यांनी ज्ञानेश्वराचा रेडा घरी आणला नसता.

**नाथा** : ज्ञानेश्वराचा रेडा? कुठं हाय?

**कुमार** : आरशात जाऊन तोंड बघ. दिसेल. आई, तुझं हे अजाण लेकरू तूच सांभाळ ना!

**सुलभा** : अरे नाथा, त्याला त्रास देऊ नको, म्हणून सांगितलं होतं ना!

**नाथा** : मला काय माहीत, त्यांना एवढंबी येत न्हाय म्हून! राहिलं! न्हाई इचारनार. झालं?

**कुमार** : बघ, आई. थांब दाखवतो मला काय येतं ते!

(*अस्तन्या सारत कुमार उठतो. नाथा सुलभाच्या मागे जातो, तोच बेल वाजते. नाथा जाऊन दार उघडतो. राजेमास्तर प्रवेश करतात. नाथाकडे संतप्तपणे पाहतात. नाथा नजर चुकवतो.*)

**सुलभा** : या काका.

**नाथा** : चहा घेणार?

**राजेमास्तर**: नको.

**नाथा** : पाणी आणू?

**राजेमास्तर**: नको. पाजलंस, तेवढं खूप झालं.

**नाथा** : बाई, तुमी काकांच्यासंगं बोलत बसा. म्या बघतो आतलं!

(*नाथा जाऊ लागतो.*)

**राजेमास्तर**: अहो शहाणे, आत जायची गरज नाही. बाहेर या. सुलभा, याचा पराक्रम कळला का?

**सुलभा** : काय केलं?

**नाथा** : न्हाई, बाईसाब. माझी कायबी चुकी न्हाई. त्यो लेलेच...

**सुलभा** : पण काका, झालं काय?

**राजेमास्तर**: खूप रामायण घडवलं यानं. तू शाळेतून लवकर गेलीस, शाळा सुटली. सारे घरी गेले. मी ऑफिस-काम संपवून उठणार, तोच धडपड ऐकू आली. पाहतो, तो चिमटीत मेलेला उंदीर धरावा तसं लेलेमास्तरना धरून हा ऑफिसमध्ये घेऊन आला. तरी बरं, तिथं कोणी नव्हतं ते.

**सुलभा** : लेलेमास्तरांना? पण का?

**राजेमास्तर**: त्यांनी खडू चोरले, म्हणे.

नाथा : म्हणे, कसलं काका, त्याच्या पिशवीसकट त्याला तुमच्यासमोर हुबा केला न्हवं?

राजेमास्तर: तू गप्प बैस. सुलभा लेले सीनिअर शिक्षक, वयस्क, खडूच्या पेटीची किंमत फार तर रुपया दीड रुपया. त्यासाठी यानं तो तमाशा करायचा?

नाथा : मी बोलू, काका?

राजेमास्तर: बोल. तुझ्या तोंडाला कोण हात लावणार?

नाथा : बाई, गेल्या महिन्यात दोन खडु पेट्या चोरीला गेल्या. आता म्या चोरून का खानार व्हतो? पन काकांनी ते माज्या अंगावर घातलं.

राजेमास्तर: शाळेचं सामान सुरक्षित ठेवणं तुझीच जबाबदारी.

नाथा : क्वय. म्या न्हाई म्हटलं का? त्या शिस्तीपायी तुमी पाच रुपये दंड केलासा. म्या चूपचाप भरला. तवापासनं नजर ठिवून बसलो व्हतो. पोरगं पेन्सील इसरलं, तरी ह्यो लेले खिशात घालनार. मला ठावं होतं ते. सगळे गेले, तरी लेले घुटमळत व्हता. म्या म्हनलं, कायतरी पानी मुरतंय. मीबी बगळ्यावानी पाळत ठेवली आणि भिडूनं चॉकचा डबा उचलला. सरळ पिशवीत घातला. शाळंबाहीर चार पावलं जाऊ दिला आनि धरलं बकोटीला. हात जोडायला लागला, तसा त्याला काकाच्या म्होरं हुबा केला.

राजेमास्तर: *(हात जोडून)* चांगलं केलंस, बाबा. सुलभा, हसतेस काय! पिशवीसकट यानं उभा केला. काय करायचं मी?

सुलभा : पण चॉक चोरून काय मिळतं?

राजेमास्तर: काही मिळत नाही; पण काही माणसांना असल्या सवयी असतात. यानं फार तर माझ्या कानांवर ती गोष्ट घालायची होती. आता लेल्यांना चॉक चोरल्याबद्दल का मी दंड करू? भलतीच आफत यानं आणून ठेवली. तो लेले नागाच्या वृत्तीचा माणूस. माझ्यानंतर हेडमास्तर होण्याची त्याची महत्त्वाकांक्षा. या प्रकरणानं तो पुरा दुखावला गेला.

*(गो. गुरुजी प्रवेश करतात. त्यांना पाहून सारे चपापतात. गो. गुरुजी डोळे फिरवीत उभे आहेत. रा. काकाकडे पाहतात.)*

गो. गुरुजी: तुम्ही इथं? *(नाथाकडे पाहून)* हाही इथं? *(सुलभाकडे पाहून)* हीही इथं? वा साक्षात ब्रह्मा-विष्णु-महेश. छान! श्रीकृष्ण.

भगवान, तुझी लीला अगाध आहे.

सुलभा : गुरुजी, बसावं.

गो. गुरुजी : या घरात बसू? राजे, तुमच्याकडून असल्या वर्तनाची अपेक्षा
नव्हती.

राजेमास्तर : कसलं वर्तन?

गो. गुरुजी : कसलं वर्तन? मला विचारता? मग त्या लेलेचं काय डोकं
फिरलं होतं? ते आश्रमात आहेत. एक दीडदमडीचा नोकर,
आळ घेतो काय आणि तुम्ही त्याचं ऐकून वयस्क, अनुभवी
शिक्षकाला चोर ठरविता काय! साधा कॉमन-सेन्स नाही?

राजेमास्तर : गुरुजी, नाथा म्हणजे काही दीडदमडीचा नोकर नव्हे. तोही
माणूसच आहे. चॉकच्या पेट्या चोरीला गेल्याबद्दल त्या निरपराधाला
कर्तव्याच्या जाणिवेतून मीच पाच रुपये दंड केलाय.

गो. गुरुजी : कुठं नाथा, कुठं लेलेगुरुजी. लोखंडाच्या मोलानं सोनं तोलता?
साधी गोष्ट होती. तिथंच नाथाला जाणायचं आणि लेल्यांना
समज द्यायची आणि मोकळं व्हायचं. तुम्ही हेडमास्तर झालात,
ते शाळेतली शिस्त राखण्यासाठी. तिकडं लक्ष द्या.

राजेमास्तर : ती शिस्त बिघडते, त्याला कारण असलीच अनुकंपा ठरते.
आज यामुळं पालक-शिक्षक-विद्यार्थी या साऱ्यांचीच मूल्यं बदलली
आहेत. उदासीन पालक, बेजबाबदार शिक्षक आणि बेताल
विद्यार्थी यांचं जग आलंय.

गो. गुरुजी : त्यासाठीच तुम्हाला मुख्याध्यापक नेमलं. याला जबाबदार तुम्हीच.

राजेमास्तर : आम्ही नव्हे, तुम्ही. याला कारण एकच. माणसाच्या जीवनाची
किंमत कमी होते आहे. पूर्वी विद्वत्तेला किंमत होती. पैसा कमी
लेखला जात होता. आता पैशाला किंमत आहे. त्यावरच
माणसाचं मोल ठरवलं जात आहे. नाहीतर नाथावरचा अन्याय
विसरून, लेलेचा एवढा कळवळा आला नसता.

गो. गुरुजी : राजेमास्तर, कसला आरोप करता आहात तुम्ही? माझ्यावर?
या संस्थेपायी, आश्रमापायी मी माझा देह झिजवला.

राजेमास्तर : असेलही! त्याचा इथं काही उपयोग नाही. या लेल्यांना नोकरी
देताना त्यांच्याकडून हजार रुपये घेतलेत ना?

गो. गुरुजी : श्रीकृष्ण! श्रीकृष्ण! काय ऐकतोय मी! सत्कर्मासाठी त्यांनी
हजार रुपये दिले, तर ते कसे नाकारणार मी? म्हटलंच आहे,
ऐका गुण कोणाचा खलजनी नाहीच की निंदिला.

**राजेमास्तर** : फार ऐकलं, गुरुजी! मीही आता रिटायरमेंटला आलो आहे. वाघ म्हटलं तरी खातो. वाघ्या म्हटलं, तरी खातो. गुरुजी, माझी अर्धी हयात निम्म्या पगारावर गेली. अर्धा पगार घेऊन पुन्या पगारावर सह्या घेत आलात, हे का आम्ही विसरलो!

**गो. गुरुजी** : हर, हर. केलेल्या दानाचा उच्चार करणं, यासारखं दुसरं महापाप नाही.

**राजेमास्तर** : त्याचा उच्चार करीतच आमची बायकापोरं वाढली. अन्नावरून अर्धपोटी उठताना त्यांनी सदैव आपलंच स्मरण केलं.

**गो. गुरुजी** : एवढा त्रास होत होता, तर नोकरी केलीत कशाला?

**राजेमास्तर** : कशाला? दिवसातून दहा वेळा हा प्रश्न स्वतःला विचारला. त्याचं उत्तर कधीही बदललं नाही. दारिद्र्याच्या लाचारीनं ते करायला लावलं. तुम्ही एक लुंगी बांधून संसार गुंडाळला... आम्हाला ते सुचलं नाही. आम्ही प्रपंच मांडून बसलो, मुलांचे बाप झालो. दुसऱ्याच्या पैशावर चैन करणं जमलं नाही आम्हाला.

**सुलभा** : काका, काय झालंय काय तुम्हाला?

**राजेमास्तर** : काही नाही, सुलभा, मी ठीक आहे. आयुष्यभर लाचारीपोटी दबलेल्या या जिभेला एकदातरी खरं बोलावं, असं वाटलं. बोलून गेलो.

**सुलभा** : गुरुजी, त्यांचं मनाला लावून घेऊ नका.

**गो. गुरुजी** : *(उठतात)* नाही, सुलभा. संतापाचा उद्रेक सामान्यांसाठी असतो. आम्हाला तसा त्रागा करून चालत नाही. *(राजेकाकाजवळ जातात. त्यांच्या खांद्यावर हात ठेवतात)* राजेमास्तर, शांत व्हा! माझ्या मनात काही नाही. मी सांगतो, तसं करा आणि सारं विसरून जा.

**राजेमास्तर** : काय करू?

**गो. गुरुजी** : असेच जा. त्या लेल्याची क्षमा मागा. त्यांनं त्यांचा राग शांत होईल. रिटायर व्हायच्या वेळी असली वादळं अंगावर घेऊ नका.

**राजेमास्तर** : *(खांद्यावरचा हात झिडकारत)* मी क्षमा मागू? त्या चॉकचोराची? असंभव! माझ्या नीतीत ते बसत नाही.

**गो. गुरुजी** : दुर्दैवानं ते बसलं नाही, तर तुम्हाला शाळेत बसवणं कठीण जाईल मला. नाइलाजानं तुमच्या राजीनाम्याची मागणी करावी लागेल.

राजेमास्तर : जरूर करून बघा. नाही, बघाच. राजीनामा म्हणजे काही
तुमच्या आश्रमातील पत्रावळ नाही... जेवण झालं, की फेकली
उकिरड्यावर. त्या लेलेचा स्वहस्ताक्षराचा कबुलीजबाब माझ्या
खिशात आहे. राजीनाम्याची वेळ आलीच, तर ती त्यांच्यावर
येईल. माझ्यावर नव्हे.

गो. गुरुजी : आता सारं ध्यानी आलं. तुम्ही, हा नाथा, सुलभा, सारं
कळालं...

सुलभा : काय कळालं?

गो. गुरुजी : तुम्ही भोळ्या आहात. या राजेंना तुम्ही हेडमिस्ट्रेस व्हावं, असं
वाटतं. तो लेले तुमच्या त्या स्पर्धेतला प्रतिस्पर्धी आहे. त्याचा
काटा काढण्यासाठी या नाथाला हाती धरून हा बनाव घडलेला
आहे.

राजेमास्तर : आपल्या तर्कबुद्धीला कोण आवर घालणार! येतो मी. *(जाऊ*
*लागतात, तोच माघारी वळतात. नाथाला बोलावतात. खिशातले*
*पाकीट काढून त्यातून पाच रुपयांची नोट नाथाच्या हाती*
*देतात.)* नाथा, ही ठेव तुझ्याजवळ.

गो. गुरुजी : हेच... हेच ते! अशी लाच देऊन माणसं गोळा करायची,
आपलं बळ वाढवायचं... संस्थेचं चारित्र्य टिकेल कसं?

राजेमास्तर : संस्थेबद्दल मला माहीत नाही; पण माझं चारित्र्य मला टिकवायला
हवं. या निरपराध नाथाला मी पाच रुपये दंड केला होता. त्या
पापाचं परिमार्जन करतोय मी. नाथा, घे.

नाथा : मला नको, काका!

राजेमास्तर : मी सांगतो ना! घे.

नाथा : मी घेनार न्हाई, काका.

राजेमास्तर : अरे, पण का?

नाथा : शाळेच्या शिस्तीपायी तुमी मला दंड केलासा. खरं न्हवं!

राजेमास्तर : मग?

नाथा : त्यो दंड त्याच शिस्तीपायी मी भरला. हुज्जत घातली का?

राजेमास्तर : काय म्हणायचंय तुला?

नाथा : रागावू नका, काका. म्या दंड भरला, त्यो तुम्ही खिशात घातला
काय?

राजेमास्तर : काय?

नाथा : शाळेतच भरणा केलासा न्हवं त्याचा? मंग तुमच्या खिशातलं

पाच रुपये म्या कशाला घ्यावं?

**राजेमास्तर :** काका म्हणतोस आणि मला का परका समजतोस?

**नाथा :** न्हाई काका, किडं पडतील मला. कधी वनवास लागला, तर दोनच घरं हाईत मला. एक तुमचं आन दुसरं बाईंचं. ती घरं सोडून कुटंबी पदर पसरणार न्हाई... *(राजेकाका डोळे टिपत निघून जातात)* बाई, मी येऊ?

**गो. गुरुजी :** त्या राजेच्या मागं लाळ घोटत जायची काही गरज नाही. सरळ आश्रमात जा. ताईंनी तुझी आठवण काढली होती.

**नाथा :** तिकडे जातो. माझं काय!

*(नाथा जातो. गुरुजींच्या चेहऱ्यावर हास्य प्रकटतं. सुलभाचा चेहरा त्रस्त.)*

**गो. गुरुजी :** काय कुमार, फर्स्टक्लास येणार ना?

**कुमार :** यायलाच हवा. नुसता फर्स्टक्लास नव्हे. फर्स्टक्लास फर्स्ट!

**गो. गुरुजी :** वा! सुरेख! असा आत्मविश्वास पाहिजे. खरं ना सुलभा?

**सुलभा :** हो गुरुजी, मी जरा...

**गो. गुरुजी :** आपण कामात आहात?

**सुलभा :** हो ना! शेखरही आलेला आहे. बाहेर गेला आहे. अद्याप स्वयंपाक व्हायचा आहे.

**गो. गुरुजी :** अगदी खरं. आम्हा फकिरांना हे संसाराचे बारकावे ध्यानी येत नाहीत. आपण जरूर आपल्या कामाला जा. *(सुलभा वळते)* अरे हो, ज्या कामासाठी आलो होतो, तेच सांगायचं विसरलो. हेडमिस्ट्रेसच्या कामासाठी अद्याप आपला अर्ज आलेला नाही. उद्या तो माझ्याकडे पाठवून द्या.

**सुलभा :** बरं. *(आत जाते.)*

*(गुरुजी उठत असतात. तोच शेखर येतो. गुरुजींना नमस्कार करतो.)*

**शेखर :** गुरुजी, केव्हा आलात?

**गो. गुरुजी :** बराच वेळ झाला, बेटा. आता निघालोच होतो. तुझं बरं चाललंय ना?

**शेखर :** हो. आता शेवटचं वर्ष....

**गो. गुरुजी :** आनंद. अरे शेखर, हे प्रभाकरचं चित्र तूच काढलंस ना?

**शेखर :** हो.

गो. गुरुजी : फारच सुंदर! हे पाहिल्यापासून सारखं मनात येतं.

शेखर : काय?

गो. गुरुजी : आपला गांधी आश्रम आहे ना! त्यात बापूजींचं एक असंच चित्र हवं.

शेखर : देईन ना!

गो. गुरुजी : स्पष्ट बोललेलं बरं. आमची संस्था गरीब. श्रीफलाखेरीज मानधन म्हणून आम्ही काहीच देऊ शकणार नाही. अरे, ही शाळा, आश्रम, गोशाळा एवढा व्याप चालवणं सोपं? दारोदार फंड मागत फिरावं लागतं, तेव्हा कुठं ताळमेळ बसतो.

शेखर : मग ते गांधींचं चित्र कशाला हवं?

गो. गुरुजी : म्हणजे काय? गांधींच्या आश्रमात गांधींचं चित्र नको?

शेखर : कल्पना चांगली आहे. मी सांगतो गुरुजी, कधी चिमणलालशेठ यांचं नाव ऐकलंत?

गो. गुरुजी : कोण चिमणलालशेठ?

शेखर : आपले एक थोर उद्योगपती. त्यांच्या नावे अनेक संस्था चालताहेत.

गो. गुरुजी : पण त्यांचा गांधींशी काय संबंध?

शेखर : गांधींशी नव्हे, तुमच्याशी. त्यांचं एक पोर्ट्रेट आश्रमात लावलंत, तर दहा हजारांचं डोनेशन ते देतील. कुणीही कुठंही लावावं, कुणीही दहा हजार न्यावेत.

गो. गुरुजी : कुणीही?

शेखर : हो. कुणीही फ्रेमसकट. चित्राचासुद्धा खर्च तेच करतात; पण तुम्हाला ते जमायचं नाही.

गो. गुरुजी : *(आनंदित)* काऽऽ काऽऽ काऽऽ

शेखर : तुम्ही गांधीवादी, तर ते पक्के हिंदुत्वनिष्ठ!

गो. गुरुजी : मग त्यात काय बिघडलं? अरे शेखर, पैसा हा कुणाचाही असो, तो सार्वजनिकच असतो.

शेखर : असं म्हणता?

गो. गुरुजी : तुला माहीत नाही! गाईचं दूध आपण पितो; पण ती खाते काय आणि कुठं, याची कधी चौकशी करतो?

शेखर : हं! तयारी असेल, तर मग हरकत नाही.

गो. गुरुजी : मग ठरलं तर! गांधी कॅन्सल. आता फक्त चिमणलालशेठ! कुठं भेटतील ते?

शेखर : मी दोन दिवसांत कॉलेजला जाईन. तुम्ही या. मी गाठ घालून

देतो आणि गुरुजी, एवढंच कशाला! शेटजींचं नाव आश्रमाला द्याल, तर सहज लाख रुपये मिळतील.

**गो. गुरुजी :** लाऽऽख?

**शेखर :** येस. लाख. हे कमीच. मी सांगतो, ते ऐका. शेटजींचं नाव आश्रमाला द्या आणि प्रात:स्मरणीय माणिकबेनचं नाव तुमच्या गोशाळेला द्या.

**गो. गुरुजी :** शेटजींच्या पत्नी? वा! वा! तेवढं करा. कायमची दगदग मिटेल.

**शेखर :** आश्रमाची आणि गोशाळेची! शेटजींना एवढं कळलं, तर सारी तुमची गोशाळा हाटन, जर्सी गाईंनी भरून टाकतील.

**गो. गुरुजी :** तुझ्या रूपानं साक्षात कामधेनूच भेटली म्हणायची!

**शेखर :** हां, गुरुजी, एवढ्यातच धार काढायला बसू नका. कामधेनू मी नव्हे. ते चिमणलालशेठ-

**गो. गुरुजी :** एवढं कर, तुला आश्रमाच्या मॅनेजिंग कमिटीवर घ्यायचं काम माझं! उपाध्यक्षच करतो तुला. तू उद्या जरूर आश्रमात ये. मी वाट पाहतो तुझी. *(जाऊ लागतात. लगेच वळून)* पण हे खरं ना?

**शेखर :** त्याची जबाबदारी माझी. आय प्रॉमिस...
नको, रे मना, द्रव्य ते पुढीलांचे
अतिस्वार्थ बुद्धी नरे पाप सांचे
*(थँक यू - थँक यू म्हणत गुरुजी आनंदाने जातात.)*

**कुमार :** दादा, हे शक्य आहे?

**शेखर :** नसायला काय झालं? तू बघितलंसच ना डोळ्यांनी? लाख रुपये म्हणताच म्हाताऱ्याचे डोळे फिरले, ते? हे गुरुजी गांधीजींच्या नावावर आश्रम चालवतात. आज लाख, दीड लाखाच्या सौद्यात आश्रमाचं नाव बदलायला निघाले. मूळ तत्त्वाला विसरले.

**कुमार :** त्या चिमणलालचा यात काय फायदा?

**शेखर :** खूप आहे. कुमार, बादशहा गादीवर आला, की प्रथम आपली कबर बांधण्याचं काम चालू करीत असे. मृत्यूनंतर आपलं नाव मागं राहावं, म्हणून ही धडपड. हे बादशहांनाच वाटतं, असं नाही. प्रत्येक माणसाला वाटत असतं. ज्याचा आपल्या कर्तृत्वावर विश्वास नसतो, मागं नाव राहील, याची खात्री वाटत नाही, असे धनिक वेड्यावाकड्या मार्गनि गोळा केलेली संपत्ती अशा तऱ्हेनं

खर्चतात. अडलेल्या संस्था आपल्या नावासाठी विकत घेतात. बेटा कुमार, ही पैशाची दुनिया आहे. मनगटांतलं बळ आणि अक्कलहुशारीचा पैसा यावर जगाचा तराजू डोलत असतो. नाहीतर तुम्ही पुस्तकांतले किडे, रॅगिंग करून घेऊन मोकळे झालात.

**कुमार** : वा! दादा, म्हणजे तुम्हाला काहीच माहीत नाही वाटतं? आम्ही तर तुम्हाला त्याच दिवशी गुरू करून घेतलं.

**शेखर** : कोणता पराक्रम केलात तुम्ही?

**कुमार** : ऐकायचा आहे? ते रॅगिंग प्रकरण झालं आणि चार दिवसांनी तोच प्रकार होणार आहे, अशी कुणकुण आमच्या कानी आली. सारे घाबरले, पण मी घाबरलो नाही. तसाच मित्रांकडे गेलो. रॅगिंगची आम्ही वाटच पाहायची ठरवली.

**शेखर** : नो! कुमार, काय सांगतोस तू?

**कुमार** : येस. वाटच बघत होतो. आम्ही ठरवलंच होतं. एकदा पुरा शहानिशा लावून हे प्रकरण संपवायचं-

**शेखर** : काय केलंस! माफी मागितली?

**कुमार** : माफी! ऐक तरी! आदल्या दिवशी जाऊन लॅबोरेटरीतून ॲसिड चोरून बल्बस भरून ठेवले होते.

**शेखर** : माय गॉड! ॲसिड बल्बस्?

**कुमार** : ठरल्या दिवशी हळूहळू संध्याकाळ संपली. रात्र अवतरली. साऱ्या होस्टेलवर एक भयानक सन्नाटी शांतता पसरली होती. वाढत्या रात्रीबरोबर ते येत असल्याची खबर आली. आम्ही मोजके जिन्याच्या वर कठड्याशी हाती बल्ब घेऊन बसलो.

**शेखर** : बोल, पुढे बोल.

**कुमार** : चाहूल आली, त्यानंतर जशा ठरल्या होत्या, त्या तशा गोष्टी घडत आल्या. अर्ध्या जिन्यावर ती गुंड पोरं हेलकावे खात आली आणि ज्याच्यावर काम सोपवलं होतं, त्यानं हॉस्टेलचा फ्यूज काढला. एकदम काळोख झाला आणि आम्ही ॲसिडचे बल्बस फेकले. खालून एकच बोंब उठली. धावपळ झाली. जेव्हा लाईट्स आले, तेव्हा ते सारे जिन्यावर तळमळत पडले होते. आम्ही आमच्या खोलीत होतो. आजवर परत रॅगिंग उद्भवलं नाही.

**शेखर** : (कुमारला जवळ घेतो.) माझ्या राजा रे! हे तू केलंस? माय

गॉड, यू हॅव कम्प्लीटली चेंजऽ घे, हे घे! (हातातलं घड्याळ काढतो) ऑटोमॅटिक आहे. सहाशे रुपयांचं आहे. यापुढं तुला कोणीही धक्का लावणार नाही. यू हॅव बिकम अ मॅन.

कुमार : थँक यू, बॉस!

शेखर : (चिडून) टेक इट बॅक. नेव्ह अटर डॅट वर्ड. समजलं?

कुमार : ग्रेट आहेस! एवढं चिडायला काय झालं? ॲसिड बल्बस् टाकल्याबद्दल तूच हे दिलंस ना?

शेखर : ॲसिड बल्बस् टाकल्याबद्दल नव्हे, आलेल्या संकटाला प्रतिकार करण्याची हिंमत तुझ्यात आली, त्याचं ते कौतुक होतं. जेव्हा तुझ्यासमोर ज्युनिअरची मुलं येतील, तेव्हा हे कृपा करून विसरू नकोस. ॲसिडनं दुसऱ्यांचे नुसते चेहरेच विद्रूप होतात, असं नाही. ते टाकत असता स्वतःचे समर्थ हातही पोळून घ्यावे लागतात.

कुमार : दादा, माझा मित्र सतीश आहे ना! त्याला हे घड्याळ दाखवून येतो.

शेखर : अरे, एवढं कसलं कौतुक करतोस त्या घड्याळाचं? शिवाय आई एवढ्यात हाक मारील.

कुमार : दादा, एवढ्यात येतो. वेळ लावत नाही. आमच्या स्वप्नातसुद्धा कधी साधं घड्याळ आलं नाही, तिथं इंम्पोर्टेड ऑटोमॅटिक मिळणं का साधं? Please...

शेखर : ऑलराईट. जाऊन ये. पण लवकर ये हं! (कुमार जातो) कुमार, आपल्या देशात नुसती ऑटोमॅटिक घड्याळंच इंपोर्ट केली जात नाहीत, त्यापेक्षा नाना भयानक कल्पना सप्तसागरांवरून तरंगत येऊन इथं केव्हाच पोहोचल्या आहेत. ऑटोमॅटिक घड्याळ! केवढं कौतुक त्याचं! सारं जगच या ऑटोमॅटिक घड्याळासारखं बनलेलं आहे. पूर्वी घड्याळ बंद पडलं, तर चावी देऊन, काटे फिरवून लावता येत होतं. त्यासाठी दुसऱ्या कुणाची तरी वेळ अजमावावी लागत होती; पण आता घड्याळ बंद पडत नाही, जोवर ते मनगटावर आहे, तोवर नाडीच्या ठोक्यावर चालतच राहणार- टाईम बॉंबसारखं- स्फोट होईपर्यंत! वर्षापूर्वी डोळ्याला डोळा न देणारा हा कुमार ॲसिड टाकून सूड उगवतो? आई, आई विसरून एवढं चालायचं नाही. तिचे आपण पंख. तिची सारी भरारी या पंखांवर. एक पंख जरी अधू झाला, तरी दुसऱ्या

पंखाच्या बळावर जीवनाचा पल्ला तिला सहज गाठता येईल. पण दुर्दैवानं दुसरा पंखही!... नाही, कुमार, तुला इथंच थांबायला हवं. एकदा का ते ऑटोमॅटिक चालू झालं, की ते बंद होणार नाही. नाडीचे ठोके बंद पडेपर्यंत ते चालूच राहणार! *(कासावीस होतो)* कुमार!

**कुमार**　: दादा, हाक मारलीस?

**शेखर**　: तू गेला होतास ना?

**कुमार**　: काय झालं दादा?

**शेखर**　: *(चिडून गळा दाबत)* काही नाही. पण तू परत का आलास?

**कुमार**　: तुझी चौकशी या करत होत्या, म्हणून आलो.

*(करुणा आत येते. कुमार बाहेर जातो.)*

**शेखर**　: अरे! तो माझा भाऊ आहे. ते नातं मोलाचं. करुणा, मी काल वाट पाहत होतो.

**करुणा**　: काल वकिलांची भेट घ्यायला थांबावं लागलं.

**शेखर**　: आणि तुझं सामान?

**करुणा**　: हॉटेलवर ठेवून आले.

**शेखर**　: व्हेरी गुड. मोहन भेटला होता?

**करुणा**　: त्यानं सांगितलं, की सारी पोर्ट्रेट्स विकली गेली. आता रंग द्यायची गरज नाही.

**शेखर**　: छान. ये ना, बैस. *(करुणा घर निरखीत असते.)* काय पाहतेस?

**करुणा**　: खरंच, तुझं घर छान आहे. मला खूप आवडेल राहायला.

**शेखर**　: छान काय! एका मास्तरणीचा चाळीतला हा ब्लॉक. यात छान काय असायचं?

**करुणा**　: ते तुम्हा पुरुषांना कळायचं नाही. आपल्या प्रिय माणसांच्या वास्तव्याची जागा स्त्रियांना देवळासारखी पवित्र वाटते.

**शेखर**　: आणि काय वाटतं? *(करुणाच्या नजीक जातो.)*

**करुणा**　: घरात कुणी नाही?

**शेखर**　: आई स्वयंपाक करते आहे आणि छोटे बंधुराज कुमार- ते तुझ्या देखतच बाहेर गेले. *(करुणा मागं सरते. शेखर अधिक जवळ जातो.)* काय झालं, करुणा?

**करुणा**　: मला खूप काळजी वाटते. जिवाला चैन पडत नाही.

**शेखर**　: उगीच काळजी करतेस. सर्व साक्षी झाल्या. सारं व्यवस्थित

झालं. खुद्द वकिलांनीच सांगितलं ना? तुला डायव्होर्स सहज मिळेल.

**करुणा** : तू होतास, म्हणून सारं झालं. नाहीतर माझ्यासारख्या स्त्रीला कुणी हात दिला असता?

**शेखर** : तू का परकी? तू माझी ना? मग असं डोळ्यांत पाणी आणायचं नाही. तुला डायव्होर्स मिळाला, की बघ, तुझ्यात केवढा बदल होतो, ते! तुझ्या हातात कला आहे. तुला बुद्धी आहे. ग्रॅज्युएट होऊन कुठंही नाव काढशील तू. तुझी वाट कोणीही अडवणार नाही.

**करुणा** : तूसुद्धा?

**शेखर** : हो. मीसुद्धा!

**करुणा** : ते मुळीच चालणार नाही हं! सांगून ठेवते. नाहीतर मी जीव देईन.

**शेखर** : एवढ्या थरापर्यंत जायची गरज नाही. एकवेळ जीव घेणं सोपं असतं, पण जीव देणं महाकठीण. एक वचन देशील?

**करुणा** : काय?

**शेखर** : प्रॉमिस?

**करुणा** : हो.

**शेखर** : माझ्यासमोर कधीही असं अभद्र बोलायचं नाही. थांब! (*शेखर आपली बॅग उघडतो. त्यातून नेकलेस काढतो.*) डोळे मीट. मीट म्हणतो ना? (*करुणा डोळे मिटते. शेखर तिच्या गळ्यात हार बांधतो.*)

**करुणा** : (*आरशात पाहत*) किती सुंदर आहे! माझ्यासाठी आणलास?

**शेखर** : हो. आवडला?

**करुणा** : अंहं.

**शेखर** : काय?

**करुणा** : त्या हारापेक्षा गळ्याशी आलेले तुझे हात ते...

**शेखर** : (*संतापाने*) करुणा!

**करुणा** : (*दचकते*) काय झालं शेखर? काय म्हणाले मी?

**शेखर** : (*एकदम मूड बदलून*) काही नाही. आपल्या आवडत्या माणसावर केव्हा केव्हा रागवावंसं वाटतं.

**करुणा** : खुशाल रागाव. तो तुझा हक्कच आहे.

**शेखर** : नुसता रागावण्याचाच?

| करुणा | : | चल, नसता फाजीलपणा करू नकोस. |
| शेखर | : | *(दाराजवळ जाऊन)* आई, अगं ए आई, बघ कोण पाहुणी आलेय, ती. *(करुणा आपला पदर सारखा करते. सुलभा येते. खोचलेला पदर सैल करते.)* आई, ही माझी मैत्रीण करुणा. आमच्याच आर्ट्स कॉलेजमध्ये असते. करुणा, ही आमची आई. *(करुणा पुढं येऊन नमस्कार करते.)* आई, स्वयंपाक झाला? |
| सुलभा | : | हो, झाला ना. पानं वाढायची का? |
| शेखर | : | नाही, स्वयंपाक झाला नसता, तर मदत करायला एक आयता व्हॉलेंटीअर मिळाला असता- |
| सुलभा | : | नवीन आलेल्या मुलीला का स्वयंपाकाला लावतात? करुणा, तू त्याचं काही ऐकू नको. बैस तू. |
| करुणा | : | खरंच आई, मला काही काम सांगितलं, तर... |
| सुलभा | : | सांगितलं ना, बैस म्हणून! *(सारे हसतात. सुलभा अस्वस्थ होते.)* करुणा, तुझं आडनाव? |
| करुणा | : | द्रविड. |
| सुलभा | : | लग्न झालंय तुझं? गळ्यात मंगळसूत्र आहे, म्हणून विचारलं. रागावू नको. का तीही एक फॅशन आहे? |
| शेखर | : | आई, करुणेचं नाव मोठं हौसेनं ठेवलं असेल; पण नावाप्रमाणेच तिची करुण कहाणी झाली. |
| सुलभा | : | काय झालं? |
| शेखर | : | कऱ्हाडजवळ तिचं माहेर. घरची गरिबी. ही मॅट्रिक पास झाली, तेव्हा हिच्या वडिलांनी शेतवाडी बघून लग्न ठरवलं; पण हिचा नवरा व्यसनी निघाला. जुगार, व्यसनापायी सारं घालवलं. हिला मार-बडव केली. करुणेचे आईवडील तेव्हा वारलेले होते. शेवटी हिच्या काकांना दया आली. त्यांनी हिला आमच्या कॉलेजमध्ये घातली. |
| सुलभा | : | बिचारी! |
| शेखर | : | फर्स्टक्लास करिअरची विद्यार्थिनी आहे ही आणि आई, हिनं घटस्फोटाची मागणी केली आहे. तो मिळेलही. |
| सुलभा | : | जाऊ दे. प्रथमच घरी आली, कटू विषय नको. करुणा, इथं कुणी आहे तुझं? |
| शेखर | : | तिची एक आत्या इथं राहते. मी तिला सांगितलं होतं, कधी आलीस, तर घरी ये म्हणून, खरं ना? |

| करुणा | : | *(त्याच्या डोळ्यांत पाहत)* हो. |
|---|---|---|
| सुलभा | : | तू काही संकोच बाळगू नकोस. केव्हाही आलीस, तरी घरी येत जा. हा असलाच पाहिजे असं नाही. मागे ती कामिनी आली होती. तीही तुमच्याच कॉलेजमध्ये आहे ना? |
| करुणा | : | हो. होती. |
| सुलभा | : | म्हणजे! आता ती नाही? |
| करुणा | : | म्हणजे आई, तुम्हाला माहिती नाही? तिचा पत्ताच लागला नाही. |
| सुलभा | : | हरवायला का ती लहान पोर आहे? |
| करुणा | : | तिचा खूप तपास झाला, पण अजून तरी ती सापडली नाही. |
| शेखर | : | न सापडायला काय झालं? सरळ बापाचे चाळीस हजार घेऊन पळालीय ती. लाडावलेली मुलगी, तिला कोण सांगणार? |
| सुलभा | : | कुठं आहे ती? |
| शेखर | : | आम्हाला माहीत आहे. ती आणि तिचा मित्र सध्या काश्मीरमध्ये आहेत, म्हणे! |
| सुलभा | : | अशा पोरांच्या पुढं आई-बापांनी काय करावं? |
| शेखर | : | सारेच आई-बाप तुमच्यासारखे नसतात. करुणा, तुला माहीत नाही. पहाटे उठणं काय, नमस्कार काय, त्यानंतर गीता-पठण, अभ्यास. संध्याकाळी शाळेतून आलं, की प्रार्थना. नको वाटायचं. |
| सुलभा | : | तसे वाढलात, म्हणून तर असे वागताय. नाहीतर त्या कामिनीसारखी वेळ आली असती. अगं, इथं आली होती, तर चक्क सिगारेटची आठवण काढली तिनं. धन्य आहे! |
| शेखर | : | करुणा, तिनं सिगारेट म्हणताच काय दचकली आई! |
| सुलभा | : | दचकेन तर काय झालं? तू ओढीत नाहीस ना, बाई? |
| करुणा | : | *(लाजते. नकारार्थी मान हलविते)* शीऽऽ<br>*(कुमार 'आई ऽऽ आईऽऽ' म्हणून आत येतो. त्याच्या हातात वर्तमानपत्र आहे.)* |
| शेखर | : | करुणा, हे आमचे बंधुराज. केव्हाही येतात, तेव्हा आगीच्या बंबासारखे ठणठणत येतात. या, काय ताजा खबर आणलीत? |
| कुमार | : | आई, हे बघ, आमचा रिझल्ट पुढच्या आठवड्यात लागणार आहे. |
| शेखर | : | बस्स! आणि एवढ्यासाठी ही बोंब? |
| कुमार | : | तुला काय त्याचं? रांगोळ्या काढणं शिकत नाही आम्ही. आई, |

तू घरात पेपर का घेत नाहीस?

| | | |
|---|---|---|
| **सुलभा** | : | घ्यायला हवा. घेऊ बरं. बघू, काय बातमी आणलीस, ती? |
| **कुमार** | : | हे बघ. *(वर्तमानपत्र देतो. सुलभा घेऊन वाचते)* काय वाचतेस? |
| **सुलभा** | : | काय काय जगात चालतं? नाशिकच्या स्टेशनवर रेल्वेगाडीच्या डब्यात एका तरुणाचं प्रेत मिळालं, म्हणे काय धाडस तरी! |
| **कुमार** | : | मी सांगितलं, ते गेलं चुलीत आणि ही वाचते ट्रंकेतलं प्रेत. |
| **शेखर** | : | या पेपर्सना असलं काही भडक छापल्याखेरीज करमतच नाही. |
| **करुणा** | : | बघू, काय बातमी आलीय ती? |
| **शेखर** | : | *(सुलभा पेपर पुढे करते. तोच शेखर तो खेचून घेतो. तो चुरगळून बोळा करीत)* काही नको वाचायला. आता वाचशील आणि रात्री किंचाळत बससील. |

*(शेखर त्राग्यानं पेपरचा बोळा फेकायला हात उंचावतो. बाहेरच्या दारामुळं आत आलेला नारायण द्रविड समोर उभा. किरकोळ प्रकृतीचा. हातात बिडी. विस्कटलेले केस. तांबरलेले डोळे. सारे त्याच्याकडे पाहतात. करुणा त्याला पाहून घाबरून मागे सरकते.)*

| | | |
|---|---|---|
| **शेखर** | : | कोण तुम्ही? |
| *नारायण* | : | *(तोंडातून धूर सोडत)* तुम्ही ओळखलं नाही मला; पण ती ओळखते. |
| **शेखर** | : | मिस्टर.... |
| **नारायण** | : | माझं नाव नारायण पांडुरंग द्रविड. राहणारा बेडी बुद्रुक, ता. कऱ्हाड. |
| **शेखर** | : | द्रविडऽऽऽ |
| **नारायण** | : | जरा ट्यूबलाईट पेटली वाटतं. हो, द्रविड. |
| **शेखर** | : | इथं यायचं कारण? |
| **नारायण** | : | इथं ती का आली, हे विचारायला आलोय मी. |
| **शेखर** | : | ते विचारणारे तुम्ही कोण? |
| **नारायण** | : | वा! मला विचारता? चोराच्या उलट्या म्हणतात, त्या या... |
| **शेखर** | : | मिस्टर द्रविड! |
| **नारायण** | : | एवढं देवाचं नाव असता द्रविड कशाला म्हणता? नारायण म्हणा मला. |
| **शेखर** | : | तुम्ही कुणीही असा; पण या घरात यायचं कारण नाही. |
| **नारायण** | : | माझी बायको या घरात चालते. मी नाही? मालक, हे तुम्ही सांगाल? |

सुलभा : करुणा, हा तुझा पती?

*(करुणा मानेनं होकार देते.)*

नारायण : पटली खात्री? बाईसाहेब, हिचं नाव माहीत आहे? हिचं आजचं
नाव आहे सिंधु जांभेकर.

सुलभा : सिंधु जांभेकर?

नारायण : होय, बाईसाहेब. या तुमच्या चिरंजीवांनी हिला फूस दिली.
कोर्टात जायला लावलं. पैसे दिले. घटस्फोट मागते, म्हणे.
रोज मिळेल. वाट बघ म्हणावं. हिच्या पाठोपाठच्या गाडीनं
गावात आलो. हॉटेलवर चौकशी केली. हॉटेलवाल्यांनं हिचं
वर्णन बरोबर केलं; पण रजिस्टरात नाव लिहिलं होतं, सिंधु
जांभेकर.

करुणा : होय. लिहिलं. काय बिघडलं? गेली चार वर्षं पिच्छा करतोय.
गिधाडाची जात आहे मेल्याची.

नारायण : मला गिधाड म्हणतेस? मला? खोटं का होईना, नाव सिंधु
लावलंस, त्या नावाची तरी लाज बाळग! हां, ती सिंधु आम्ही
पाहिली होती! पतीच्या पायांजवळ बसून कशि या त्यजू पदाला
म्हणणारी ती सिंधू कुठं आणि नवरा असताना डोळ्यांदेखत
दुसऱ्याबरोबर राजरोस फिरणारी ही व्यभिचारिणी कुठं!

शेखर : शटअप! तिनं डायव्होर्ससाठी अर्ज केला आहे, थोड्याच दिवसांत
तो मिळेलही.

नारायण : अजून तरी मिळाला नाही ना? तोवर ही माझीच बायको आहे.
माझी बायको, माझ्यापासून घ्यायचा कुणालाही अधिकार नाही.

शेखर : यूऽऽऽ रास्कल! तू सरळपणानं निघून जावंस, हे ठीक.

नारायण : करुणा दे, मी जातो. बाईसाहेब, हा काय न्याय झाला? बायको
माझी, मलाच दम देतो.

शेखर : यू ऽऽऽ ब्रूट! मी शेवटचं सांगतो तुला. तुझ्यावर हात टाकण्याची
वेळ निदान माझ्यावर तरी आणू नकोस. त्याचा परिणाम बरा
होणार नाही.

नारायण : खरं आहे. तुमच्यासारख्यानं माझ्यावर हात टाकला, तर काय
होईल, हे काय मला कळत नाही? मालक, त्याचसाठी खिशात
नुसत्या बिड्या बाळगत नाही. हेही मला बाळगावं लागतं.
*(खिशातून रामपुरी चाकू काढतो. खटका दाबताच पटकन*

*उघडतो. घाबरलेली सुलभा शेखरला पाठीशी घालते.)* पाहिलंत, किती धारदार पातं आहे, ते? भिऊ नका, बाईसाहेब, ते पातं कितीही धारदारं असलं, तरी मी त्याचा वापर करीत नसतो, कारण केव्हा ना केव्हातरी ते पातं फाशीच्या वाटेकडं नेतं, हे मला माहीत आहे. फक्त तेव्हाच वापर करतो. जर कुणी मला अकारण खायला उठला, तर. तुमच्या मुलाला तेवढं करू नका, म्हणून सांगा, हे पातं असं बंद होतं. *(पातं मिटतो. चाकू परत खिशात ठेवतो. बाहेर हात येतो, तेव्हा हातात बिडी असते. शांतपणे तो बिडी पेटवतो.)* नाव आहे सिंधू जांभेकर. दररोज नाव बदलते ही. मग मालक, काय ठरलं?

**शेखर** : चालता हो.

**नारायण** : उगीच कशाला ताणता, मालक? तुम्ही कायम हिला घेऊन बसा. हजार द्या. मी परत येणार नाही.

**शेखर** : हजार वाटेनं आलास, तरी एक दमडी मिळणार नाही.

**नारायण** : मग हिची चामडी घेऊनच मी जाईन. नारायण म्हणतात मला, मालक.

**शेखर** : मला दम भरतोस? गुंडगिरी करायला हे काय तुझं खेडं नव्हे!

**नारायण** : *(त्याचं रूप पालटतं. आवाज बदलतो.)* वटवट बंद कर. दात पाडीन एकेकाचे. बायको माझी, तिला ठेवून घेणारे तुम्ही कोण? आई, की भाऊ. सभ्य म्हणवून घेता आणि हे धंदे करता? अरे, धर्माची तरी चाड बाळगा!

**शेखर** : सैतानाच्या तोंडी धर्माची भाषा?

**नारायण** : धर्म मला सांगता? द्रौपदीवस्त्रहरणाच्या वेळी कौरवसभेत सारेच दुर्जन नव्हते. सज्जनही होते; पण सारे सज्जन तो प्रकार शांतपणे पाहत राहिले. नाही, त्यांना पाहावा लागला. याचं कारण एकच होतं, की खुद्द द्रौपदीच्या पतीनंच तिला पणाला लावली होती. पणाला लावायचं झालं, तर तो अधिकार फक्त पतीचाच असतो. हे हिला घरात घेण्याआधी तुमच्या ध्यानी यायला हवं होतं. बाईसाहेब, मी माझ्या पत्नीला न्यायला आलोय. तिला माझ्याबरोबर पाठवून द्या.

**शेखर** : ती येणार नाही.

**नारायण** : बाईसाहेब!

**सुलभा** : मी हात जोडते; पण कृपा करून तुम्ही निघून जा.

नारायण : ठीक आहे. मी जातो. आता जातो आहे, तो परत येण्यासाठीच.
येताना मात्र एकटा येणार नाही. पोलीस घेऊनच येईन.

शेखर : अरे, जा! असले छप्पन्न पाहिलेत पोलीस घेऊन येणारे!

नारायण : मालक, छप्पन्न कशाला हवेत? मी एकटा पुरे आहे.
(*नारायण निघून जातो. करुणेला हुंदका फुटतो. ती सुलभाला
बिलगते. लगेच सावरते. डोळे टिपते.*)

करुणा : नको, आई, त्याची परीक्षा बघू नका. तो भारी दुष्ट आहे. त्याच्या
गुंडगिरीला सीमा नाही. तो पोलीस घेऊन येईल. गाव गोळा
करील. मी जाते. जे व्हायचं, ते माझं होईल. त्यासाठी
तुमच्यासारख्या माणसांना त्रास नको. (*जायला लागते.*)

सुलभा : थांब, पोरी. तू मुळीच घराबाहेर जाऊ नकोस. मी तुला जाऊ
देणार नाही. एका संकटात सापडलेल्या मुलीला मी जर आश्रय
दिला नाही, तर माझ्या जिण्याला काय अर्थ? माझ्या कुळाला
या घरात जगायचं बळ लाभणार नाही.

करुणा : पण आई, तुम्हाला माहीत नाही. मी त्याला चांगली ओळखते.

सुलभा : भिऊ नकोस. जे संकट तुझं, तेच आमचं...

करुणा : (*सुलभाला बिलगत*) आई, उभ्या आयुष्यात एवढ्या मायेनं कुणी
मला वागवलं नव्हतं. आई तर लहानपणीच गेली. वडिलांनी
दुसऱ्या लग्नासाठी वाट मोकळी व्हावी, म्हणून याच्या गळ्यात
मला बांधली. मॅट्रिक झालेली मी. मी कष्टाला घाबरले नाही,
ना याच्या व्यसनाला कंटाळले. शिसारी आली, ती त्याच्या
वृत्तीची. व्यसनापायी भांडीकुंडी विकली. जुगारापायी मालकीची
जमीन सरली, घरची मालमत्ता उरले फक्त मी; पण त्या, त्या
चांडाळनं त्याचाही लिलाव मांडायचा ठरवला आणि त्याच रात्री
मी पळून काकांच्या आश्रयाला गेले. आई, या जगात माझं
कुणीही नाही... माझं कुणीही नाही. (*रडते.*)

सुलभा : (*करुणाच्या पाठीवर हात फिरवीत*) भिऊ नको मुली. मी आहे
ना! दोन मुलांची मी आई आहे. शाळेत मुलांना आदर्शाची
शिकवण देत उभं आयुष्य गेलं. दया, क्षमा, शांतीचे पाठ देत
जीवन जगले. विचारांना आचाराची जोड नसेल, तर बोलणंही
मी पाप समजते. तू चिंता करू नकोस. मी जोवर जिवंत आहे,
तोवर तुला कोणीही या घरातून बाहेर काढणार नाही. जगानं
जरी तुला टाकलं, तरी मला तुला टाकता येणार नाही.

कारण... कारण तुला जपणं हा माझा धर्म आहे... धर्म आहे.

*(दोघींवर प्रकाशझोत असतानाच-)*

(पडदा)

# अंक तिसरा


| *स्थळ* | : | *सुलभाचे घर.* |
|---|---|---|
| *वेळ* | : | *सायंकाळ* |

*(सुलभा प्रवेश करते. तिच्या पाठोपाठ वह्यांचे गट्टे घेतलेला नाथा असतो.)*

**नाथा** : बाई, या वह्या कुठं ठेवू?

**सुलभा** : त्या बसल्याच आहेत माझ्या माथ्यावर. त्या तपासल्याखेरीज मला सुटका नाही. ठेव जा माझ्या खोलीत.

*(नाथा गट्टा घेऊन आत जातो. सुलभा पर्स टेबलावर ठेवते. प्रभाकरपंतांच्या फोटोकडे एकदा पाहते. नाथा येतो, तो काही बोलणार, तोच बेल वाजते.)*

**सुलभा** : नाथा, कोण आलंय, बघ. बसायला सांग. तोवर मी वॉश घेते. मग आपण चहा करू.

*(सुलभा आत जाते. परत बेल वाजते. 'अरे, हो. दम धर की!' म्हणत नाथा दार उघडायला जातो. अदबीने मागे सरतो. गोखले गुरुजी आत येतात. संतप्त आहेत.)*

**गो. गुरुजी** : कोण, नाथा? तू इथं काय करतोस?

**नाथा** : बाईंच्या बरोबर शाळेतनं आलो.

**गो. गुरुजी** : एकट्या यायला बाईना भीती वाटते?

**नाथा** : तसं न्हाई, पन पोरांच्या लई वह्या होत्या, तवा म्याच म्हटलं...

**गो. गुरुजी** : नोकरी शाळेची करतो, का बाईची? मास्तरणीला वह्यांचं ओझं केव्हापासून व्हायला लागलं? बाईना सांग, मी आलोय म्हणून.

**नाथा** : बाई वॉश घ्यायला गेल्यात. येतील एवढ्यात.

गो. गुरुजी : हं! दुसऱ्याची बायको घरात ठेवण्यापर्यंत यांची मजल गेली. शाळेतला नोकर बाळगला, तर नवल काय!

नाथा : गुरुजी, तसं न्हाई.

गो. गुरुजी : मग कसं?

नाथा : त्यो नवरा त्या लायकीचाच नव्हता. टेर पिऊन आला व्हता. बाईमानूस, शानीसवरती वळखायचीबी लायकी नव्हती त्याची. त्यानंच तो शो केला, बगा.

गो. गुरुजी : आणि गावानं उघड्या डोळ्यांनी बघितला. वर्तमानपत्रात नाव झालं. छे! छे! असले प्रकार एका शिक्षिकेच्या घरात! श्रीकृष्ण, श्रीकृष्ण...

नाथा : सुरुवातीला म्या असतो, तर कवाच त्याला गावाबाहीर काढलं असतं. मला शाळेत खबर मिळाली. तसाच धावत आलो. घरासमोर ही गर्दी. पोलीस काय, मानसं काय... म्या शेखरदादांना आवरलं म्हणून बरं. नाहीतर मारामारीच व्हायची.

गो. गुरुजी : भला न्याय! बायको त्याची. तिला घरात ठेवून घेणारा शेखर कोण? खरं, की नाही?

नाथा : ते खरं. ते जरा चुकलंच, म्हना...

गो. गुरुजी : कसं बोललास! श्रीकृष्ण, श्रीकृष्ण... सुलभाकडून ही अपेक्षा नव्हती.

सुलभा : *(बाहेर येत)* कसली अपेक्षा नव्हती, गुरुजी?

गो. गुरुजी : श्रीकृष्ण... या... नाथा, तू आता जा.

नाथा : जाऊ?

गो. गुरुजी : जा म्हटलं की जावं. समजलं?

*(नाथा मंद पावलांनी जातो. गुरुजी निःश्वास सोडतात.)*

सुलभा : गुरुजी, आज आपण याल, असं वाटलं नव्हतं.

गो. गुरुजी : का?

सुलभा : आज शुक्रवार! आश्रमाच्या प्रार्थनेचा दिवस.

गो. गुरुजी : प्रार्थनेला अर्थ राहिला नाही. विफल झालेल्या प्रार्थनेला काय किंमत!

सुलभा : गुरुजी!

गो. गुरुजी : आज मीटिंग होती. विषय तुमचाच होता.

सुलभा : माझा?

**गो. गुरुजी :** हो. शेखरनं पळवून आणलेली मुलगी- तिच्या नवऱ्यानं केलेली तक्रार...

**सुलभा :** पण या खासगी गोष्टींची चर्चा करण्याचा कुणाला अधिकार?

**गो. गुरुजी :** साऱ्या जगाला! शेखर दुसऱ्याची बायको पळवून आणतो. नवरा तिचा ताबा मागतो. शिवीगाळ होते. पोलीस येतात. तुम्ही शेखरच्या बाजूला उभ्या राहता. वृत्तपत्रांचे रकाने फोटोसहित भरतात. मग चर्चा होणार नाही?

**सुलभा :** गैरसमज होतोय आपला. ती मुलगी शेखरच्या कॉलेजात शिकते. ती सज्ञान आहे. नवऱ्याशी घटस्फोट घेण्यासाठी ती उभी आहे... तिला तो मिळेलही.

**गो. गुरुजी :** पण अजून मिळाला नाही ना? जोवर मिळाला नाही, तोवर ती परस्त्रीच आहे, हे तुम्हाला समजायला हवं होतं. तुम्हाला हेडमिस्ट्रेसची जागा मिळावी, म्हणून मी माझं सारं वजन खर्च करीत असता नेमक्या त्याच वेळी तुम्ही या भानगडीत गुंतावं? अतीव दु:ख झालं... अतीव दु:ख झालं.

**सुलभा :** मला ती जागा मिळाली नाही, तरी चालेल.

**गो. गुरुजी :** भ्रमात आहात तुम्ही. आज मॅनेजिंग कमिटी तुमचा राजीनामा मागते आहे.

**सुलभा :** राजीनामा? आणि माझा?

**गो. गुरुजी :** हो. या प्रकरणात तुमचे हात गुंतले. संस्थेची शिक्षिका म्हणून तुम्ही संस्थेच्या बदनामीला कारणीभूत झालात.

**सुलभा :** आणि गुरुजी, तुम्हाला हे पटलं?

**गो. गुरुजी :** पटवून दिलं गेलं. माझ्या आवाजाला ताकद राहिली नाही.

**सुलभा :** पण गुरुजी, माझा काय दोष? एक गरीब मुलगी पशुवर्तनाला कंटाळून माझ्या आश्रयाला येते. तिला का मी घराबाहेर काढायचं होतं? आपणही आश्रम चालवता...

**गो. गुरुजी :** ते आश्रमात चालतं. घरात नाही. दोहोंची संहिता वेगळी असते.

**सुलभा :** संहिता? आपणच एकदा मला शारीरिक भुकेवर ऐकवलं होतंत ना? त्या वेळी नवमताचा, नवजीवनाचा पुरस्कार आपणच केला होता.

**गो. गुरुजी :** जरूर केला होता. अजूनही करेन; पण सुलभा, तो तुझ्या-माझ्या वैयक्तिक जीवनाचा भाग होता. सार्वजनिक जीवनात ती तत्त्वं चालत नाहीत. संस्था ही सदैव निष्कलंकच राहायला हवी.

| सुलभा | : | आपल्याला काय सांगायचं आहे? |

गो. गुरुजी : भारी जड होतं सांगायला. तुम्हाला हेडमिस्ट्रेस बनवण्याचं माझं स्वप्न होतं. ते विरून गेलं. उलट, तुमच्या राजीनाम्याची मागणी करावी, असा आग्रह सर्वांनी धरला आहे.

सुलभा : नाही! गुरुजी, तो माझ्यावर अन्याय होईल. पोरांची ही सरती वर्ष आहेत. मी राजीनामा दिला, तर घर चालणार कसं?

गो. गुरुजी : त्याचा विचार तुम्ही करायला हवा होता. मी नव्हे. अजूनही वेळ गेली नाही. सुलभा, मी तुझ्यासाठी जरूर प्रयत्न करीन. मी मनात आणलं, तर हेडमिस्ट्रेससुद्धा करीन.

सुलभा : कधी नव्हती एवढी मला त्याची गरज आहे. केवढी घाबरले होते मी! तुम्ही माझ्यावर अन्याय होऊ देणार नाही, याची मला खात्री आहे.

गो. गुरुजी : *(उठतात. सुलभाजवळ जातात. तिच्या खांद्यावर हात ठेवत)* तू मला टाकू नको, की सारं तुझ्या मनासारखं होईल.

*(संतापाने सुलभा हात झिडकारते.)*

सुलभा : दूर व्हा! असल्या गोष्टी मला आवडत नाहीत.

गो. गुरुजी : पण मला आवडतात ना! आता फारशी उसंतही नाही. चार दिवसांत मला निर्णय कळायला हवा.

सुलभा : गुरुजीऽऽऽ

*(त्याच वेळी बेल वाजते. सुलभा धावत जाते. दारातून बॅग घेतलेला शेखर प्रवेश करतो.)*

सुलभा : शेखर, तू मध्येच कसा आलास?

शेखर : सांगतो-सांगतो. *(म्हणत बॅग घेऊन खोलीत जातो. परत येतो. बाहेर जातो.)*

गो. गुरुजी : एवढ्यात याला रजा पडली!

सुलभा : तेच विचारते ना!

*(शेखर आणखी एक बॅग, पेंटिंगचे सामान घेऊन परत खोलीत जातो. बाहेर येतो.)*

शेखर : काय म्हणालीस?

सुलभा : तू मधेच कसा? अजून तुझ्या परीक्षेला...

शेखर : आई, आर्ट्स कॉलेज म्हणजे काय तुमची शाळा वाटली?

आता फक्त प्रॅक्टिस करायची. वाटलं, घरातच ती पुरी करावी.

**सुलभा** : बरं केलंस. नाहीतर ते खाणावळीतलं जेवण तुला मानवत नाहीच.

**शेखर** : काय गुरुजी, काय म्हणतोय तुमचा आश्रम?

**गो. गुरुजी** : श्रीकृष्ण... ठीक चाललं आहे.

**शेखर** : मला एकदा तुमच्या आश्रमाचं पेंटिंग करायचं आहे - उन्हाळ्यात.

**गो. गुरुजी** : उन्हाळ्यात?

**शेखर** : हो ना! तेव्हा तुमचा तो गुलमोहर फुलतो. त्या लाल गुलमोहरांच्या झाडीत उभी असलेली तुमची आश्रमाची वास्तू! भारी केविलवाणं दृश्य आहे. व्हेरी पथेटिक. कॉन्ट्रास्ट भरपूर आहे आणि आई, कुमार कुठं आहे?

**सुलभा** : कॉलेजवर गेलाय.

**शेखर** : कॉलेजवर? त्याची परीक्षा झाली ना?

**सुलभा** : हो. त्याचा रिझल्ट लागणार होता.

**शेखर** : मूर्ख आहे, झालं! रिझल्टची काळजी आम्ही करायची... खरं ना गुरुजी?

**गो. गुरुजी** : हो. स्कॉलर असला, तरीही नंबर कितवा, ही हुरहुर असतेच. जीवनाच्या कुठल्याही परीक्षेत निर्णयाची हुरहुर अटळ असते. खरं ना सुलभाबाई?

*(बेल वाजते. सुलभा दार उघडायला जाते. कुमार प्रवेश करतो. त्याच्या पाठोपाठ आलेल्या लोबोंना पाहून सारे चकित होतात.)*

**लोबो** : गुड इव्हिनिंग, एव्हरीबॉडी...

*(सारे मान तुकवतात.)*

**प्रि. लोबो** : ओऽ शेखर! व्हॉट अ सरप्राईज! केव्हा आलास?

**शेखर** : तुमच्याचपुढं, सर.

**सुलभा** : प्लीज सिट डाऊन, सर.

**प्रि. लोबो** : नो, थँक्स. सिस्टर, मी आनंदाची बातमी घेऊन आलो आहे. नुकताच कॉलेजमध्ये फोन आला. आपला कुमार फर्स्टक्लास फर्स्ट आला आहे. कॉलेजच्या वतीनं त्याचं खास अभिनंदन करायला मी इथं आलो आहे.

**सुलभा** : *(आनंदानं)* थँक यू, सर...

*(कुमार सुलभाच्या, गुरुजींच्या पाया पडतो. शेखरच्या पाया पडतो. शेखर त्याला मिठीत घेतो, 'जिओ राजा, जिओ!')*

गो. गुरुजी : किती केलं, तरी आमच्या शाळेचा विद्यार्थी आहे.

शेखर : आई, मीसुद्धा गोल्ड मेडॅलिस्ट आहे, म्हटलं.

सुलभा : (कुमारला आणि शेखरला जवळ घेत) हो, रे, हो! अरे, तुम्ही दोघे माझे पंख! तुमच्या बळाखेरीज मी जगणार कशी? आज हे पाहायला हे हवे होते. (डोळे भरून येतात.)

गो. गुरुजी : मन खंबीर असल्याखेरीज पंखांना बळ येत नाही. खरं ना प्रिन्सिपॉल लोबो?

प्रि. लोबो : येस! येस. बट सिस्टर, मी नुसता रिझल्ट सांगायला आलो नाही. कुमारनं प्रयत्न केला, तर त्याला उच्च शिक्षणासाठी सहज फॉरेनला जाता येईल.

सुलभा : फॉरेनला?

प्रि. लोबो : येस! त्याला स्कॉलरशिप मिळेल. ती जबाबदारी माझी.

सुलभा : हे तुमचे उपकार आहेत, प्रिन्सिपॉलसाहेब.

प्रि. लोबो : उपकार नव्हे, कर्तव्य! स्कॉलरशिपचं मी पाहीन. पण...

शेखर : पण काय?

प्रि. लोबो : त्याच्या पॅसेज-मनीचा खर्च आपल्यालाच करावा लागेल.

सुलभा : केवढा खर्च?

प्रि. लोबो : स्टेट्सला जायचं, म्हणजे कमीत कमी दहा हजार तरी येणार.

सुलभा : एवढे पैसे मी कुठून उभे करणार?

प्रि. लोबो : आपली संस्था कर्ज म्हणून देणार नाही?

सुलभा : नोकरी टिकण्याची खात्री नाही, तिथं कर्ज कोण देणार?

प्रि. लोबो : नोकरी? व्हॉट हॅपन्ड?

शेखर : हवं तेव्हा, हवं त्याला नोकरीवरून काढण्याचे दिवस गेले, आई.

गो. गुरुजी : अगदी खरं, पण ते नियम साऱ्यांनाच लागू नाहीत आणि शेखर, सुलभाबाईंची नोकरी गेली, तर त्याला जबाबदार तूच आहेस.

शेखर : मी जबाबदार?

गो. गुरुजी : हो. पाठीमागचं ते तुझ्या पोरीचं प्रकरण! त्याला मिळालेली प्रसिद्धी त्यामुळंच आमच्या बोर्डानं त्यांच्या राजीनाम्याची मागणी केली आहे.

सुलभा : शेखर, हा प्रश्न आताच चर्चिण्याची काही आवश्यकता नाही. प्रिन्सिपॉलसाहेब, कुमारचे पैसे मला उभे करता येतील, असं वाटत नाही.

**शेखर** : डोन्ट वरी सर, तिच्या बोलण्याकडे लक्ष देऊ नका. कुमारसाठी मी ते पैसे आंनदानं देईन.

**सुलभा** : पण एवढे पैसे आणणार कुठून?

**शेखर** : *(हसतो)* आई, जिथं पिकतं, तिथं विकत नाही, हेच खरं! मी एक पोट्रेंट तयार केलं, तर सहज मला दोन-तीन हजार मिळतात. सहा महिन्यांपूर्वी मुंबईला माझी फक्त दहा चित्रं हँग झाली होती. त्यातलं एकही चित्र मागे आलं नाही. कुमारचे पैसे मी केव्हाही भरेन.

**प्रि. लोबो** : आय ॲम व्हेरी प्राऊड ऑफ यू, शेखर! सिस्टर, तुम्ही भाग्यवान आहात.

**सुलभा** : प्रिन्सिपॉलसाहेब! हा शाळेत असल्यापासून चित्रकलेचा वेडा. एकदा असंच कसलंतरी बक्षीस घेऊन घरी आला. याच्या वडिलांनी त्याचं खूप कौतुक केलं. त्या वेळी मी त्यांना म्हणाले होते, चित्रकार होऊन का पोट भरतं? तर ते म्हणाले, माझ्या मुलांनी आयुष्यात पैसा मिळविला नाही, तरी चालेल; पण ती मानानं जगली पाहिजेत. हा चित्रकार झाला, तर ते आदराचं स्थान निश्चित मिळवील.

**प्रि. लोबो** : मग मी आता कुमारला घेऊन जातो. आजच त्याचा स्कॉलरशिपचा फॉर्म भरून पाठवितो. जाऊ ना कुमारला घेऊन?

**सुलभा** : जरूर.

**गो. गुरुजी** : सुलभाबाई, थोडा विचार करून उत्तर द्या.

**सुलभा** : कसला विचार?

**गो. गुरुजी** : स्पष्ट सल्ला द्यावा लागतो. हे मिशनरी कधी कुणावर फुकट उपकार करत नसतात. अशा देखण्या उपकाराच्या ओझ्याखालीच त्यांचा स्वार्थ दडलेला असतो.

**प्रि. लोबो** : कसला स्वार्थ?

**गो. गुरुजी** : तो आज कळणार कसा? अडचणीत पडलेल्या माणसांना साहाय्य करायचं, करीत राहायचं आणि शेवटी त्याला आपल्या कळपात ओढत राहायचं. ही किरिस्ताव नीती आम्ही पाहतो आहोत.

**सुलभा** : गुरुजी, प्रिन्सिपॉलसाहेब या घरचे पाहुणे आहेत. सर, आपण त्यांचं बोलणं मनाला लावून घेऊ नका.

**प्रि. लोबो** : डोंट वरी, सिस्टर. हे मिसअंडरस्टँडिंग साऱ्या समाजात पसरलेलं

आहे. आम्ही त्याची उत्तरं देत बसत नाही; पण मिस्टर गोखलेंसारखे जेव्हा हा प्रश्न उपस्थित करतात, तेव्हा मात्र शंकानिरसन करावं लागतं.

**गो. गुरुजी :** श्रीकृष्ण... आमचा देश गरीब असेल, अडाणी असेल, पण या देशाला हिंदू परंपरा आहे. ती परंपरा जेव्हा खंडित होते, तेव्हा भारी दुःख होतं. आत्म्याला क्लेश होतात.

**प्रि. लोबो :** साहजिक आहे! पण, मिस्टर गोखले, ती ब्रेक होऊ नये, म्हणून आपण काय प्रयत्न केलेत?

**गो. गुरुजी :** काय म्हणालात?

**प्रि. लोबो :** मिस्टर गोखले, साऱ्यांचाच हा समज आहे, की आम्ही लोकांना बाटवण्यासाठी मिशन उघडली.

**गो. गुरुजी :** मग ते काय खोटं आहे?

**प्रि. लोबो :** कदाचित एके काळी फॅनॅटिक लोकांनी ती कृत्यं केली असतीलही. मी नाही म्हणत नाही; पण त्या अडाणीपणामुळं मिशनच्या मानवतावादी कार्याला एवढ्या सहजपणे दोष देता येणार नाही. दीन-अनाथांची सेवा हा आमचा धर्म आहे.

**गो. गुरुजी :** ते मक्ता तुम्हाला कोणी दिला?

**प्रि. लोबो :** तुम्ही! डोन्ट गॅट शॉक्ड! मिस्टर गोखले, या बाईचा काही दोष नसता खोट्या प्रतिष्ठेच्या नावाखाली तुम्ही त्यांना, त्यांची आजवरची सेवा विसरून संस्थेतून काढायला निघालात. कारण काय, तर संस्था शुड रिमेन ब्लेमलेस फ्रॉम पीपल्स आईज...

**गो. गुरुजी :** अलबत!

**प्रि. लोबो :** जेव्हा मानवतावाद विसरून संस्था मोठ्या होतात, तेव्हा त्या कधीही टिकत नाहीत. अनफॉर्च्युनेटली उद्या तुम्ही यांना काढलंत, तर आमचं मिशन पहिलं असेल, की जे यांना सन्मानानं बोलवेल.

**गो. गुरुजी :** बरोबर आहे. तुम्ही टपलेलेच असता!

**प्रि. लोबो :** हो. आम्ही स्कूल चालवतो, तिथं गरज नावाच्या गुरूची नसते, आदर्श शिक्षकाची असते.

**गो. गुरुजी :** मिस्टर लोबो, ते तुमच्याकडून शिकण्याची आम्हाला गरज नाही. हा ज्ञानेश्वर-रामकृष्णांचा, टिळक-गांधींचा देश आहे. आम्हाला आदर्श हुडकावे लागत नाहीत.

**प्रि. लोबो :** कारण तुम्ही ते सदैव भिंतीवर हँग केलेले असतात! दुरितांचे

तिमिर जावो किंवा जे खळांची व्यंकटी सांडो म्हणणारा ज्ञानेश्वर आणि देवा, त्यांना क्षमा कर, कारण ते काय करतात, हे त्यांना कळत नाही, असं क्रूसावर चढवणाऱ्यांच्याबद्दल उद्गार काढणारा येशू यात काहीच फरक नाही; पण ज्ञानेश्वर समाधिस्थ होताच टाळकुट्यांचा संप्रदाय निर्माण करण्यापलीकडे तुम्ही काही करू शकला नाही; पण आम्ही त्या ख्रिस्ताच्या रक्ताची परंपरा चालवणारी हजारो माणसं निर्माण केली, हे तुम्ही विसरता!

गो. गुरुजी : कसं विसरू? जिथं एक नव्हता, तिथं कोट्यवधी झाले, ती करामत तुमचीच आहे.

प्रि. लोबो : यू आर राँग! ते श्रेय तुमचंच आहे. शंकराचार्य एकच होऊन गेला. जेव्हा कोट्यवधी हरिजनांनी धर्म बदलण्याचा निर्णय घेतला, तेव्हा एकतरी शंकराचार्य त्यांना आडवा गेला? माय डिअर फ्रेंड, धर्म हा सांगायचा नसतो, तो आचरायचा असतो, हे कधीच तुम्हाला कळलं नाही. आम्ही दलितांची सेवा करतो, त्यांच्या व्याधींवर उपचार करतो. त्यांच्या अडीअडचणींना धावून जातो. पारख्या झालेल्या जिव्हाळ्याची जाणीव प्रथम त्यांच्या मनांत उमटते. ते ख्रिश्चन बनतात, त्याचं कारण त्यांना माणूस म्हणून जगायचं असतं. ते स्थान त्यांना तुमच्या धर्मात मिळत नाही!

गो. गुरुजी : आमच्या आश्रमात येऊन पहा.

प्रि. लोबो : आम्ही पाहिलंय. तुम्हीच ते पाहण्याची गरज आहे. तुमचा आश्रम ही समाजाची गरज म्हणून उभारलेली संस्था नाही. तुमचं गुरुजीपण टिकवण्यासाठी काढलेली ही संस्था आहे.

गो. गुरुजी : मिस्टर लोबो!

प्रि. लोबो : आपल्याला दुखविण्याचा माझा हेतू नाही. आपण स्पष्टपणे पाहावं, एवढंच वाटतं. मिस्टर गोखले, दानातून माणसं फार तर जगू शकतात; पण ती मोठी व्हायची असली, तर त्यांना प्रेमच द्यावं लागतं, हे केव्हातरी तुमच्या ध्यानी यायला हवं. येतो मी. कम ऑन, कुमार. मी काही गैर बोललो असलो, तर आपण मला क्षमा करा. गुड डे.

गो. गुरुजी : जय श्रीकृष्ण...

*(प्रि. लोबो, कुमार जातात.)*

| गो. गुरुजी | : | हे मिशनरी असेच दांभिक असतात. |
| शेखर | : | पण ते म्हणाले, त्यात पुष्कळ सत्य आहे. |

गो. गुरुजी : कसलं आलंय सत्य? गरीब, अडाणी लोकांना मदत करायची
आणि त्यांना धर्म बदलायला लावायचा...

शेखर : मग तेच करून तुम्ही धर्म का टिकवला नाही?

गो. गुरुजी : काय म्हणालास?

शेखर : तेच करून तुम्ही धर्म का टिकवला नाही?

गो. गुरुजी : रंगाचे चार फटके मारण्याइतके ते सोपं नाही. हा प्रश्न फार
गहन आहे. निष्ठा, तत्त्व आणि विचार यांच्याशी धर्माची सांगड
आहे. फार गहन आहे ते, बेटा! अच्छा, येतो आम्ही. सुलभाबाई,
शक्यतो लवकर तुमचा निर्णय कळवा. जय श्रीकृष्ण.

*(गो. गुरुजी जातात. सुलभाचं बळ ढासळतं.)*

शेखर : काय झालं, आई?

सुलभा : एकदा वाटतं, राजीनामा खरडावा आणि मोकळं व्हावं.

शेखर : मग देऊन टाक.

सुलभा : अरे, नुकते तुम्ही उमलत आहात, त्याच वेळी मी भार होऊ?

शेखर : पण आई, माझ्यामुळं....

सुलभा : तुझ्यामुळं नाही. कुणीही अश्राप मुलगी असली, तरी तिला
आश्रय देणं माझं कर्तव्यच होतं.

*(कुमार आत प्रवेशतो.)*

सुलभा : कोण, कुमार?

कुमार : आई, फॉर्म भरायला पंचवीस रुपये लागतात. मला पंचवीस
रुपये हवेत, आई.

*(शेखर बोलण्यासाठी तोंड उघडतो, तो कुमार त्याला न
बोलण्याविषयी खूण करतो. शेखर गप्प राहतो.)*

सुलभा : आताच हवेत का पंचवीस रुपये?

कुमार : हो, देशील ना?

सुलभा : तू थांब. मी एवढ्यात आले. *(सुलभा बाहेर जाते. कुमार हसतो.)*

शेखर : अरे, पण माझ्याकडे मागितले असते, तर काय बिघडलं असतं?

कुमार : पंचवीस रुपयांत काय होणार काम? तुझ्याकडेच मला मागायचे
होते; पण तिथं आई नको होती. आता जाईल शेजाऱ्यापाजाऱ्यांकडे...
उधार-उसनवार करील आणि पैसे घेऊन येईल. मला तीनशे

रुपये हवेत.

**शेखर** : तीनशे?

*(त्याच वेळी सुलभा माघारी येते. दोघांना ती दिसत नाही. कुमारचे शेवटचे वाक्य ऐकून ती जागच्या जागी खिळते.)*

**कुमार** : हो. तीनशे. आहेत तुझ्याजवळ?

**शेखर** : देईन, पण कारण सांगायला हवं मला. काही समजत नाही. मागच्या खेपेला तू असंच आईला न समजता दोन हजार घेतले होतेस. त्याचं काय झालं?

**कुमार** : मी फर्स्टक्लास फर्स्ट आलो...

**शेखर** : म्हणजे?

**कुमार** : दादा, नुसत्या अभ्यासानं यश मिळायचे दिवस गेले आता.

**शेखर** : काय केलंस तू?

**कुमार** : परीक्षेच्या आधी सारे पेपर्स माझ्या ताब्यात होते...

**शेखर** : ब्रेव्हो!

**कुमार** : त्याच्यासाठी ते पैसे लागले.

**शेखर** : आणि तीनशे?

**कुमार** : अशाच कामासाठी हवेत.

**शेखर** : ते चालणार नाही, मला ते कळायला हवं.

**कुमार** : *(आर्जवाने)* दादा प्लीज...

**शेखर** : नो! डॅट वोंट डू! कम ऑन... आऊट विथ इट! नाहीतर पैसे मिळणार नाहीत.

**कुमार** : ओके! बाबा, ओके! आमच्या प्रिन्सिपॉल लोबोची मुलगी ल्यूसी आहे ना?

**शेखर** : बरं मग?

**कुमार** : तिला दिवस गेलेत.

**शेखर** : कुमार... तू?

**कुमार** : मी नव्हे, रे! तिचा कुणीतरी प्रियकर आहे.

**शेखर** : पण तुझा काय संबंध!

**कुमार** : पुष्कळ आहे. त्या ल्यूसीनं मदत केली नसती, तर फर्स्टक्लास फर्स्ट प्रकरण जमलं नसतं. तिच्या वडिलांना कळण्याआधीच हे प्रकरण मिटायला हवं.

**शेखर** : पॉइंट ब्लँक सांगतोस की!

| | | |
|---|---|---|
| **कुमार** | : | तूच शिकवलंस. |
| **शेखर** | : | मी? |
| **कुमार** | : | रॅगिंगचा प्रतिकार तूच शिकवला होतास. विसरलास? (शेखर काही न बोलता कुमारला पैसे देतो. तो गंभीर होतो.) दादा! |
| **शेखर** | : | घे! पण हे वागणं मला आवडत नाही. तुझं हे कॉपी करणं, ते ल्यूसी प्रकरण ठीक नाही. अरे, आईला हे कळलं, तर तिला काय वाटेल? |
| **कुमार** | : | छोडो, यार! तिला कोण सांगतं? डोंट वरी. दादा, आपल्या माघारी घडणाऱ्या साऱ्या गोष्टी कळत नाहीत, म्हणूनच माणूस जगतो. |

*(त्या वाक्यानं शेखर दचकतो. संतापतो)*

| | | |
|---|---|---|
| **शेखर** | : | पैसे मिळाले ना! जा तू. जा म्हणतो ना! |

*(कुमार वळतो. त्याचं लक्ष सुलभाकडे जाते. शेखर सुलभाकडे पाहतो. दोघांच्याही तोंडातून शब्द फुटत नाही. दोघे एकमेकांकडे पाहतात. सुलभा तिरस्कारयुक्त नजरेनं दोघांकडे पाहते. काही न बोलता ती आत जाऊ लागते. सारं बळ एकवटून कुमार हाक मारतो.)*

| | | |
|---|---|---|
| **कुमार** | : | आईऽऽऽ |
| **सुलभा** | : | *(थांबते. वळते, अश्रू आवरत ती म्हणते.)* कुमार, मला काही सांगू नकोस. फक्त एवढंच सांग, मी ऐकलं ते खोटं होतं. खोटं होतं. साफ खोटं होतं. |

*(कुमार अस्वस्थपणानं चार पावलं जातो. नतमस्तक उभा राहतो. सुलभा त्याचं रूप पाहून संतापते. नजरेत व्याकुळतेऐवजी अंगार पेटतो.)*

| | | |
|---|---|---|
| **सुलभा** | : | कुमार, तुझ्याकडून ही अपेक्षा नव्हती. कुणी सांगितलं होतं, की अशा रीतीनं फर्स्टक्लास मिळवणारा मला मुलगा हवा होता म्हणून? तुझ्या वडिलांना नुसती शिकलेली, पैसा मिळविणारी मुलं नको होती. ती सज्जन, समाजात मान्यता मिळविणारी प्रतिष्ठित मुलं हवी होती. आजवरचे सारे फर्स्टक्लास याच पद्धतीचे होते? |
| **कुमार** | : | नाही, आई. लहानपणापासून मी एकच ध्येय बाळगलं. अभ्यास. |

त्यासाठी रात्रीचा दिवस केला. सामान्य विद्यार्थी म्हणून मला
जगायचं नव्हतं. शाळा सुटली, की सारी मुलं ग्राऊंडवर नाना
खेळ खेळायची. मला बोलवायची. मला खेळांत भाग घ्यावा,
असं का वाटत नव्हतं? पण सारे खेळ डोळ्यांसमोर असता
त्याच शाळेच्या पायरीवर अंधार पडेपर्यंत पुस्तकांच्या झापडीत
मी बसत असे. ते तूही पाहिलं आहेस. कॉलेजची पायरी
चढलो, पण जीवनाची छानछोकी अंगावर चढू दिली
नाही. कॉलेज, स्टडीरूम आणि घर यांखेरीज चौथी जागा
पाहिली नाही.

| | | |
|---|---|---|
| **सुलभा** | : | मग ही कॉपी करण्याची दुर्बुद्धी का आठवली? आत्मविश्वास ढळला? |
| **कुमार** | : | मुळीच नाही; पण या अखेरच्या परीक्षेत मला नशिबाचा जुगार खेळणं परवडणारं नव्हतं! तुझे कष्ट वाया जाऊ द्यायचे नव्हते. |
| **सुलभा** | : | म्हणून कॉपी केली? |
| **कुमार** | : | कॉपी? कसली कॉपी? साऱ्या प्रश्नांची उत्तरं मला आधीच माहिती होती. फक्त प्रश्न कोणते आहेत, एवढंच मला हवं होतं. कॉपी करण्याची मला गरज नव्हती. |
| **सुलभा** | : | पण त्याचीसुद्धा तुला गरज का भासावी? |
| **कुमार** | : | तुइयासाठी. फर्स्टक्लास करिअरचा मी मुलगा परीक्षेच्या हॉलमध्ये जातो, तेव्हा शेजारचा मुलगा निर्धास्तपणे कॉपी करताना मी पाहतो. त्या वेळी माझ्या आत्मविश्वासाचं काय होत असेल? तक्रार केली असती, तर तो मुलगा हॉलमध्येच राहिला असता आणि कदाचित मलाच बाहेर जावं लागलं असतं. |
| **सुलभा** | : | एवढं ते खरं नाही. दोन कॉपी करणाऱ्यांमुळं दोन टक्के कुशाग्र मुलांचं नुकसान होत असेलही; पण बाकीची मुलं अभ्यास करूनच पास होतात ना? |
| **कुमार** | : | ते जुन्या जमान्यात. आजचं गणित उलटं आहे. आज नव्वद टक्के हेच चालतं. भरडली जातात, ती माझ्यासारखी दोन टक्केवाली मुलंच, त्यामुळं जीवनाच्या अखेरच्या परीक्षेत मला धोका पत्करायचा नव्हता, शिवाय मला फॉरेनला जायचं होतं. |
| **सुलभा** | : | पण त्यासाठी दुसरा मार्ग नव्हता? |
| **कुमार** | : | कॉलेज सोडायचं होतं? |

सुलभा : तेही मला चाललं असतं.

कुमार : आई, दुसरे मार्ग एवढे सोपे नाहीत. महिनाअखेर ज्या घरात पाच-पंचवीस दिडक्या उरत नाहीत, त्या घरात लाख रुपये येणार कोठून? या कॉलेजमध्ये प्रवेश मिळविण्यासाठी मला नव्वद टक्के मार्क मिळवावे लागले होते. त्याच कॉलेजमध्ये सत्तर हजार, लाख रुपयांच्या देणग्या देऊन भरती झालेली मुलं मी पाहतोच ना! तुझ्याच भाषेत सांगायचं झालं, तर ही तुमची सरस्वतीपूजा आज लक्ष्मीच्या तालावर डोलते आहे.

सुलभा : पण तू प्रथमपासून मेरिटचा मुलगा.

कुमार : मेरिट गेलं खड्ड्यात! आजच्या यशाच्या शर्यतीत फक्त बुद्धिमत्ता धावत नाही. तिथं धावतो पैसा, जात आणि सत्ता.

सुलभा : कुमार, तुझ्या तोंडी ही भाषा?

कुमार : ही मनातली भाषा होती, म्हणून आजवर तिला वाचा फुटली नव्हती. मी कॉपी केली, म्हणून तू दोष देतेस. आजकाल भ्रष्ट नक्कलच जगात मानानं मिरवते. हे गांधी, नेहरू, आगरकर, रामकृष्ण ही मंडळी केव्हाच निघून गेली. आज उरल्यात फक्त त्यांच्या कॉपीज. जे त्यांची तत्त्वं वेळी-अवेळी उच्चारतात, त्यांच्यासारखे वेष करतात, ते सारेच आचार्य, पुढारी, साधू बनले आहेत. चालते, ती फक्त कॉपी. इथं अस्सलाला वाव नाही.

सुलभा : पण असलं यश तुला पचेल, असं वाटतं?

कुमार : आई, ते बाबांचं चित्र बघ! विचार दादाला... त्यामागे किती रंग झाकले गेले आहेत, ते! किंमत असते, ती तयार चित्राला, लोक पाहतात तो पौर्णिमेचा चंद्र, किती क्षयी कलेनं तो त्या अवस्थेला पोहोचला, हे कोणाला आठवतं?

शेखर : तुला काय म्हणायचं आहे?

कुमार : आता फॉरेनच्या चार टिकल्या लावून माघारी येईन. त्या वेळी चार चांद घेऊन येणाऱ्या सेनापतीच्या आदरभावानं लोक माझ्याकडे पाहतील. परदेशाहून आल्यानंतर या देशातल्या कुठल्याही दरवाज्यांसमोर मला तिष्ठावं लागणार नाही. जाईन, तिथं माझं स्वागतच होईल. मानसन्मान, पैसा, कीर्ती -सारं आपसुख माझ्या पायाशी येईल. जाऊ दे, आई, फालतू चर्चा करण्याला मला वेळ नाही. ल्यूसी माझी वाट पाहत असेल, मला गेलं

पाहिजे. *(कुमार जाऊ लागतो.)*

**शेखर** : कुमार, थांब.

**सुलभा** : जाऊ दे त्याला. व्यभिचाराची तरफदारी करणारा मुलगा, मला त्याची गरज नाही. कदाचित जगातलं सारं ऐश्वर्य त्याला पायांशी गोळा करता येईल, पण तिथं त्याची आई असणार नाही. त्याचं तोंडही पाहण्याची माझी इच्छा नाही. जाऊ दे त्याला.

*(संतापाने जाते, त्या वेळी कुमार दार आपटून बाहेर गेलेला असतो. बधिर झालेला शेखर हताशपणे बसतो. अस्वस्थपणे शेखर उठतो. एकदा वडिलांच्या चित्राकडे नजर जाते, नंतर ती ठेवलेल्या मोकळ्या कॅनव्हासकडे वळते. शेखर फुलदाणीतला ब्रश उचलतो. क्षणभर उभा राहतो. दुसऱ्या क्षणी ब्रश टाकतो. मागच्या चाहुलीने वळतो. करुणा उभी असते. तिच्या हाती एक पॅकेट व बॅग असते.)*

**शेखर** : करुणा?

**करुणा** : आता दारात भेटले, ते कुमारभाऊजीच ना?

**शेखर** : हो! तो कुमारच होता, भाऊजी नव्हता आणि ही बॅग कुठली?

**करुणा** : माझी त्या संसारातून सुटका झाली आणि केव्हा तुला ते सांगेन, असं झालं बघ.

**शेखर** : डायव्होर्स मिळाला?

**करुणा** : हो! कोर्टातून तशीच तुझ्या खोलीवर गेले. तिथं कुलूप. तिथून तुझा मित्र मोहनकडं गेले. त्यानं तू गावी असल्याचं सांगितलं. थेट इकडं आले.

**शेखर** : पण ही बॅग तुझ्याकडे कशी आली?

**करुणा** : ही मोहननं दिली आहे. जपून ठेवायला सांगितली आहे. आणखीन काही लागलं, तर कळवा म्हणाला; पण काही दिवस तरी तू तिकडं मुळीच येऊ नको, असं निक्षून...

**शेखर** : शूऽऽऽ मोठ्यानं बोलू नको. समजलं? आधी तू इथं यायला नको होतंस. हा विषय काढण्याची तर मुळीच गरज नव्हती.

**करुणा** : शेखर, पण एवढं संतापायला काय झालं? मला वाटलं होतं, की तू माझं केवढ्या आनंदानं स्वागत करशील. भावी संसाराची स्वप्नं पाहत वाट केव्हा सरली, ते कळलंदेखील नाही.

**शेखर** : पण तू इथं का आलीस?

| करुणा | : | मग मी कुठं जाऊ? काकांनासुद्धा सांगण्याच्या भरीला पडले नाही. शेखर, माझ्या साऱ्या वाटा मोकळ्या झाल्या. |
| शेखर | : | आणि म्हणून या घरात आलीस? माझं घर म्हणजे काही धर्मशाळा नव्हे. |
| करुणा | : | ही धर्मशाळा नाही, हे माझं सासर आहे. पृथ्वीवर हक्काची एवढीच जागा आहे. |
| शेखर | : | नो! नो! करुणा, चुकतेस तू. तुझ्या-माझ्यात मैत्री होती, प्रेम कधीच नव्हतं. |
| करुणा | : | शेखर! |
| शेखर | : | मैत्रीला थोडासा प्रेमाचा मुलामा असेल, पण तो फक्त मुलामाच! |
| करुणा | : | मग आतापर्यंत तू दिलेली सारी वचनं, केलेली मदत, हे सारं ढोंग होतं? |
| शेखर | : | नाही, त्यात थोडासा खरेपणा होता, पण थोडा. मला मैत्रीण हवी होती. तुला कुणाचातरी आधार हवा होता. म्हणून तुला मी मैत्रीचा हात पुढं केला. |
| करुणा | : | शेखर, काय ऐकते मी? तुझ्याशिवाय मी जगू शकत नाही, असं म्हणणारा तूच काय? |
| शेखर | : | असेल! कदाचित तेही म्हणालो असेन. करुणा, व्यसनापेक्षा वासना माणसाला अधिक बेताल करते. त्या वासनेच्या धुंदीत बोललेला प्रत्येक शब्द खरा मानायचा नसतो. |
| करुणा | : | शेखर, मला ऐकवत नाही हे. आपल्या पवित्र प्रेमाची थट्टा अशी करू नको. |
| शेखर | : | प्रेम? कुणी केलं होतं प्रेम? खुळी आहेस तू! तू म्हणतेस, तसलं प्रेम करणं हे माझ्या स्वभावातच नाही, शिवाय प्रेम करून एका मुलीला कायमचा बांधला जायला वेळ नाही मला. करुणा, इथं राहण्यानं काहीच साधणार नाही. तू जावंस, हेच ठीक. तुला हवं तिथं राहा, हवं ते कर. |
| करुणा | : | माझे मायेचे पाश केव्हाच तुटले. तुझ्याखेरीज मला आधार नाही, शेखर. |
| शेखर | : | ते शक्य नाही, करुणा! सांगितलं ना! |
| करुणा | : | का नाही, शेखर! तुला आठवतं, केवढ्या प्रेमानं तू माझ्या गळ्यात हा हार बांधला होतास. घटस्फोट मिळाल्यानंतर गळ्यातलं मंगळसूत्र उतरवताना हे हात थरथरले नाहीत. बळ होतं या हाराचं. |

**शेखर** : करुणा, स्टॉप इट. तेच बळ एकत्र कर आणि या हारासकट या घरातून निघून जा. चालती हो.

**करुणा** : जरूर जाते मी! कुंचला बाळगणाऱ्या नाजूक हातांना प्रेमाचं मोल सांभाळता यायचं नाही, हे कळायला हवं होतं मला. आता मला या हाराची जरुरी नाही. (*करुणा हार काढून फेकते.*)

**शेखर** : थांब करुणा, त्या हाराला स्पर्श करू नको. एक चित्र पुरं झालं, की परत आम्ही त्याकडे पाहत नसतो. आमचं लक्ष वळतं, ते नव्या कॅनव्हासकडे... नव्या कल्पना घेऊन! करुणा, हा हार तुझ्याच गळ्यात होता, असं नाही. यापूर्वी आणखी एका गळ्याभोवती हा हार दिमाखानं तळपत होता; पण अशाच एका हट्टापायी तो हार त्या गळ्यासकट केव्हा उतरवला गेला, हे त्या बिचारीलाही कळलं नाही.

**करुणा** : कुणाबद्दल बोलतोस हे? कामिनी?

**शेखर** : कामिनी. तोच हट्ट चालवलास, तर हारासकट गळा जाईल. कामिनीच्या हाताचा ठसा तरी मागे राहिला... पण तेवढंही भाग्य तुला लाभणार नाही.

**करुणा** : म्हणजे? काय केलंस तू कामिनीचं? खून केलास तिचा?

**शेखर** : खून? फार अडाणी शब्द आहे. आम्ही याला खून म्हणत नाही. मी, मोहन आणि राजेंद्र याला मुक्ती म्हणतो.

**करुणा** : पण का?

**शेखर** : तुझ्याप्रमाणेच तिलाही लग्नाची हौस आली होती. मी आणि माझ्या मित्रांचे काय उद्योग चालतात, याबद्दल चांभारचौकशा करत होती ती. आम्हाला तिचं अस्तित्व धोक्याचं वाटू लागलं. एकच मार्ग उरला होता. त्यानंतर कामिनी कधी कोणाला दिसली नाही. दिसणारही नाही.

**करुणा** : तू आणि तुझे मित्र असे खून-मारामाऱ्या करता? पण का? कशासाठी?

**शेखर** : का आणि कशासाठी? अर्जुनालासुद्धा ऐन रणांगणात याचं उत्तर सापडलं नाही. तिथं म्या पामराला सांगता येणार नाही, याचं उत्तर कोण देऊ शकतं. फुटपाथवरून जाताना एखादी वस्तू विकत घ्यावी वाटते. चटकन घेऊनही टाकतो. तसंच झालं आमचं! एके रात्री सिनेमाहून परतताना गर्दीत गंमत म्हणून एकाला सुरा मारला. मोठं थ्रिल होतं त्यात. एकदाच केलं, पण

अंगवळणी पडलं. पोलिसांनीही गोंधळून जावं, असा गुन्हा करण्यात काय मौज असते, हे तुला कसं कळणार?

करुणा : आणि एवढं होऊन त्या कामिनीच्या आई-वडिलांनी चौकशी केली नाही?

शेखर : नाही कशी? एकुलती एक, लाडावलेली, लक्षाधीशाची पोर! चौकशी केल्याविना राहतील कसे? त्यांनी, आम्ही केली.

करुणा : तुम्ही?

शेखर : हो! कामिनीच्या वडिलांनीच तपास करण्यासाठी आपली खास गाडी आम्हाला दिली होती. चार दिवस त्यांच्या पैशावर खूप फिरलो; पण बिचारीचा पत्ता लागला नाही. वर्तमानपत्रांतून एवढा गवगवा झाला. पोलीस तपास करून थकले. तिथं आम्हाला कुठून सापडणार? बिचारी- *(हे बोलत असताना शेखर शांतपणे ते पॉकेट उघडतो.)*

करुणा : काय आहे त्यात?

शेखर : मुक्तीची साधनं! रेशमी काढण्या आणि अत्तराची बाटली.

करुणा : अत्तर? कसलं अत्तर?

शेखर : पोलिसांनासुद्धा वास ओळखता आला नाही, तो मी काय सांगणार?

*(शेखर पॉकेटमधून अत्तराची बाटली काढून ठेवतो. रेशमी काढणी काढतो. दोन्ही हातांत तणावून तो ती पाहतो. करुणावर लक्ष खिळते. करुणा भीतीने व्याकूळ होते. कानांवरती हात ठेवते.)*

करुणा : मी जाते.

शेखर : ती वेळ केव्हाच गेली. हारासकट गळ्ळा घेऊन जा, म्हणून आर्जवं केली; पण तू ऐकलं नाहीस. आता तुला जाता येणार नाही. जायचं नाही. घाबरू नकोस. फारसा त्रास व्हायचा नाही. हे हात सरावलेले आहेत.

*(करुणा मागे सरकत असता शांतपणाने स्थिर नजरेने शेखर हातांतली रेशमी काढणी तणावत तिच्याकडे जात असतो. खुनशी हास्य मुखावर असतं. सुलभा बाहेर येते.)*

करुणा : आई गंऽऽ

शेखर : चूप? आई? आई म्हणालीस तू? आई घरात आहे, हे ध्यानीच

कसं आलं नाही!

सुलभा : थांब, शेखर, एक पाऊलही पुढं टाकू नको.

*(करुणा सुलभाला पाहते. आई म्हणून तिला बिलगते. सुलभा तिला जवळ घेते.)*

सुलभा : भिऊ नको, मुली! साऱ्याच आई म्हणून मारलेल्या हाका खोट्या नसतात. मी आहे ना! काळजी करू नको.

शेखर : काय तमाशा चाललाय हा! आई, सोड तिला आणि आत जा! तुझ्यासारख्या स्त्रियांनी यात पडू नये.

सुलभा : माझ्यासारख्या स्त्रिया? दारासमोरच्या तुळशीवृंदावनाची पूजा करीत आम्ही बायका वाढलो. स्वहातांनी पूजा करून वृंदावनातील तुळस प्रेमाच्या मायेखाली वाढवली. वृंदावनात डोलणारी ती श्यामल तुळस केवढा धीर द्यायची! आणि आज त्या वृंदावनात तुळशीऐवजी भांगेचं रोप डोलताना पाहिलं. हात थरथरले. आरतीतील दोन्ही निरांजनं केव्हा विझून गेली, तेही कळलं नाही.

शेखर : ती निरांजनं विझली, तर जबाबदार तूच राहशील. ती करुणा घरी न जाता पोलिसांकडं गेली, तरी काय होईल? माहीत आहे?

सुलभा : तिनं कशाला पोलिसांकडं जायला हवं! तो प्रसंग आलाच, तर मीच स्वतःच्या पावलांनी पोलिसांकडं जाईन. करुणा, तू आत जा. मी हाक मारेपर्यंत तू बाहेर येऊ नको. जाऽऽ *(शेखर पुढे पाऊल टाकतो.)* नाही, शेखर, मी इथं उभी असता तिला अडविण्याचं सामर्थ्य प्रत्यक्ष मृत्यूतही नाही. ते साहस तू करू नकोस. करुणा, आत जा म्हणते ना! *(करुणा आत जाते.)*

शेखर : *(संतापाने बेभान होऊन)* झालं समाधान?

सुलभा : परमेश्वरा, एवढी दुःखं माझ्या वाट्याला देणार होतास, तर निदान तेवढी हृदयं तरी द्यायची होतीस. एका मनानं एवढं कसं सहन करायचं? शेखर, अरे, कसला भयानक खेळ खेळलास हा! काय गरज होती?

शेखर : कळून नसेल; पण नकळत का होईना, तुम्ही या खेळाचे भागीदार होतात.

सुलभा : काय म्हणालास?

शेखर : त्या कुमारच्या हातातलं घड्याळ, प्रत्येक खेपेला तुझ्यासाठी

आणलेल्या साड्या, कुमारच्या फर्स्टक्लाससाठी दिलेले हजारो रुपये, ते काय आकाशातून पडले होते?

सुलभा : पण ते तुझ्या चित्रकलेतून मिळाले होते ना?

शेखर : चित्रकला? कोणता असा भाग्यवान चित्रकार या भारतात जन्मला, की ज्याच्या जिवंतपणी त्याच्या कलेवर त्याला लक्षाधीश बनता आलं! ती चित्रकला नव्हती, त्यासाठी वेगळीच कला शिकावी लागली मला. या जगात हक्कानं किंवा मागून काहीच मिळत नसतं. तो पडलेला पंधरा हजारांचा हार कधी या दरिद्री घरात सरळ पावलांनी आला असता? तो खेचूनच घ्यावा लागतो. तेव्हाच तो पायांशी येऊन पडतो.

सुलभा : बस्स कर, शेखर. सत्यासाठी प्राणदान करणारे तुझे वडील. त्यांचं चित्र तू त्याच हातानं चितारलंस ना? ज्याच्या जिभेवर लहानपणापासून भगवद्गीता पेरली, त्याच्या तोंडी ही भाषा?

शेखर : त्याच भगवदगीतेनं शिकवलं! मरणारी मरतात, ते परमेश्वरी इच्छेनं. मारणारे फक्त निमित्त असतात. त्याची प्रचीतीही आली आहे. एवढे प्रकार झाले. एवढी माणसं हरवली गेली, पण कोणाला पत्ता लागला?

सुलभा : सांगवतं तरी कसं? अरे, माणूस म्हणवून घेता आणि माया ममतेचा तुम्हाला स्पर्शही होत नाही?

शेखर : माया-ममता? एक आठ वर्षांची श्रीमंताची पोर पळवली, फक्त पन्नास हजारांची खंडणी मागितली होती. खंडणी जास्त नव्हती; पण बापाला पैसा प्रिय होता. पैसा वाचला, पण ती पोर गमावली.

सुलभा : पुरे कर. धर्मसुद्धा तुम्हाला वाचवू शकणार नाही.

शेखर : धर्म? कसला धर्म? त्या धर्माच्या वाटेवर कसलं सुख आलंय? दयाबुद्धी सांगणारा ख्रिस्त सुळावर गेला आणि ज्ञानेश्वरी सांगणारा आपल्या पावलांनी समाधीत जाऊन बसला. प्रत्यक्ष भावाला त्या समाधीचा चिरा लावावा लागला. ही संतचरित्रं म्हणजे दारिद्र्य, छळ, विदारक मृत्यूच्या भयानक शोकांतिका आहेत आणि त्याच्याच नावानं वरपांगी टाळ कुटणारे समाजातील दांभिक, चोर, लुटारू प्रतिष्ठित बनले आहेत. त्यांचे इमले, त्यांच्या गाड्या, त्यांनी उभारलेली मंदिरं, त्यांच्या पताका आज आकाशात फडफडताहेत.

| सुलभा | : | माणुसकीला पारख्या झालेल्यांनी मानवतेवर बोलावं? जे नव्या मानवतेच्या वाटा शोधतात, त्यांना स्वत:चे पाय रक्तबंबाळ करून घ्यावेच लागतात. त्याचसाठी ख्रिस्त आनंदानं क्रूसावरती चढला आणि ज्ञानेश्वर आपल्या पावलांनी समाधीत उतरला. त्यांनी त्या वाटा निर्माण केल्या, म्हणूनच गोखले, रानडे, टिळक, आगरकर हे विचारवंत आणि रामकृष्ण-विवेकानंदांसारखे संत पुढं आले. त्यांचं जीवन म्हणजे शोकांतिका नव्हती. आनंदपूर्ण संपन्न आयुष्य गेलं त्यांचं. जे त्यांनी भोगलं, सांगितलं, ते अक्षय टिकलं. तुमच्या भोगाची वाट फक्त फाशीच्या दोरापर्यंत. मागं राहील, ती अखंड हेलावणारी अपकीर्ती! |

तुम्हाला आकार देतच आमचे हात राबले. रस्त्यावरचं बेवारशी पिल्लू ट्रकखाली सापडेल, म्हणून जिवाची भीती न बाळगता कुत्र्याला वाचवणारा शेखर तूच ना! ती त्या ओल्या मातीमध्ये गुंतलेल्या हातांची किमया ना? माणसांपेक्षा कुत्र्याचं मोल केव्हापासून मोठं झालं?

**शेखर** : आई, फार चांगलं विचारलंस तू. कुंभाराच्या चाकावर मडक्याला आकार देतात, ते त्याचे हात; पण त्यांना पक्के बनविते, ती भट्टी. समाजाच्या भट्टीमध्ये ती मडकी निराळा रंग घेऊन उमटतात, हे तू विसरलीस!

**सुलभा** : खरंच विसरले. शेखर, तुला माहीत आहे, मनाजोगा रंग आला नाही, तर ते पात्र अपात्र ठरतं. त्याला परत ओल्या मातीचा स्पर्श देऊनही ते मृदू बनत नाही वा त्याचा नाश करून त्याला परत नव्या मातीत मिसळता येत नाही. निर्धारानं, झाले श्रम विफल झाले, असं समजून ती पात्रं फेकून देणं एवढंच कुंभाराच्या हाती असतं.

**शेखर** : आई, बोलू नको.

**सुलभा** : माझं ऐक, झालं गेलं, होऊन गेलं. ते एक भयानक स्वप्न होतं, असं समज. तुम्ही मुलं कर्तृत्ववान व्हावीत, समाजात मानानं वावरावीत, यापेक्षा मी कसलीही अपेक्षा धरली नव्हती, धरणार नाही. चुकून तोल गेला, म्हणून बिघडत नाही; पण वेळीच तो सावरणं याला शहाणपण म्हणतात.

**शेखर** : त्या शहाणपणाला आता अर्थ उरलेला नाही. आई, ज्या वाटेवरून आम्ही जातो आहोत ना, तिथं परतीची वाट नाही. त्या वाटेवरूनच आम्हाला जायला हवं, हरवून जाईपर्यंत. आपल्या नशिबातच आपल्या पदरी दोन विरुद्ध वाटा लिहिल्या होत्या. त्याला आपण काय करणार? आई, तुझी वाट वेगळी, माझी वाट वेगळी.

**सुलभा** : ठीक आहे. माझ्या वाटेनं मी जाईन. मला गेलंच पाहिजे, कारण माझ्या वाटेलासुद्धा परतीची जागा नाही. शेखर, मीच पोलिसांना वर्दी देणार आहे.

**शेखर** : काय होईल, असं वाटतं? शपथेवर सांगूनसुद्धा गुन्हा सिद्ध होत नाही. गुन्हा सिद्ध व्हायला पुरावा लागतो.

**सुलभा** : कदाचित तुम्ही निर्दोष सुटालही; पण नंतर समाजात वावरताना

लोक कोणत्या नजरेनं पाहतील, याचा विचार केला?

शेखर : कुणी सांगावं, उद्या रस्त्यावरून फिरताना हा समाज मला ओळखणार नाही. हाच ना तो समाज, ज्याला रोज नवीन बातमी चघळायला लागते! नवीन चर्चा करण्यासाठी नवीन खरमरीत बातमी वाचावी लागते! शेजाऱ्यांचं घर जळत असताना स्वस्थपणानं पाहणारा, आपलं जळणार नाही ना, याचा विचार करणारा हाच ना तो समाज? समाजाच्या कोषात काल आणि उद्या हे शब्द नसतात. ते फक्त आजची बातमी वाचतात. दुर्दैवानं खटला उभा राहिलाच, तर आई या नात्यानं तूच मला जामीन म्हणून उभी राहशील.

सुलभा : तुला? मी जामीन? शेखर, तू कधी कुणाला जामीन राहिला आहेस? ज्या समाजामध्ये तू लहानाचा मोठा झालास, त्या समाजाला जामीन राहिलास तू? ज्या बापानं त्यागाचा मार्ग स्वीकारला, त्याला तू जामीन राहिला नाहीस. ना तुम्हा मुलांना वाढवण्यासाठी मी जे झिजले, त्याची आठवण केलीस. नाही, शेखर, तुला जामीन म्हणून उभं राहणं महत्पाप आहे. पाप आहे.

शेखर : आईऽऽ

सुलभा : नो, शेखर, नो! गॉड फॉरगिव्ह देम ती प्रार्थना अज्ञानी माणसांसाठी होती. तुम्ही कळून सवरून हा मार्ग स्वीकारला. ख्रिस्ताला त्याच्या मागून येणारी माणसं हवी होती. तुला क्षमा करता येणार नाही, कारण तुझ्यामागून माणसांनी येणं हा समाजाचा अध:पात आहे. शेखर, तुला एकच शिक्षा. यू शुड बी हँग्ड टू डेथ... ज्या निरपराधी माणसांना मारून तू हे मिळविलंस, मिळविलंस तर काहीच नाही; पण माया, ममता, माणुसकीचा विश्वास हरवलास... नाही, फाशी ही तुला एकच शिक्षा आहे.

शेखर : ते कायद्याचं बळ मिळवायला कोर्टापर्यंत जिवंत जावं लागतं.

सुलभा : बस्स, शेखर, यापुढं या घरात पापाचं समर्थन ऐकलं जाणार नाही. कावळ्याच्या घरट्यात वाढलेलं कोकिळेचं पिल्लूसुद्धा आपला सूर विसरत नाही. मग माणसाच्या जन्माला येऊन माणुसकी कशी विसरलास? करुणा, बाहेर ये.

शेखर : आईऽऽ

**सुलभा** : करुणा, बाहेर ये. निर्धास्त मनाने बाहेर ये. *(करुणा बाहेर येते.)* मुली, तू जा. तुझी वाट कोणीही अडवणार नाही. दुःख एवढंच वाटतं, ज्या मुलीला एक वेळ मी याच घरात आश्रय दिला, त्याच मुलीला आज मी घराबाहेरची वाट दाखवते आहे. जा, करुणा, उशीर करू नको.

**शेखर** : ती पोलिसांकडे गेली, तर?

**सुलभा** : तिला जाण्याची गरज नाही. हा माझ्या घरचा प्रश्न मीच सोडवायला हवा. मीच जाणार आहे पोलिसांकडे.

*(करुणा जात असते. तिच्या पाठोपाठ सुलभा जाते. ती दाराबाहेर गेल्याचं पाहते. अस्वस्थ झालेला शेखर रेशमी काढणी हाती घेतो.)*

**शेखर** : आई, मागं फिर. तुला बाहेर जाता येणार नाही.

**सुलभा** : *(मागे न वळता)* मागं फिरू? कुणासाठी? सीतेला वाचवण्यासाठी प्रयत्न करित असता जटायूला आपले पंख रावणाकडून कापून घ्यावे लागले. आज माझे पंख मलाच कापावे लागावेत?

**शेखर** : पाऊल पुढं टाकू नको. माझ्या हातात अजूनही ही दोरी आहे. ती फक्त गळा जाणते. नातं जाणत नाही! माझ्या बळाची परीक्षा पाहू नको.

**सुलभा** : *(मागे न पाहता)* जरूर परीक्षा बघ. तुम्ही दोघं माझ्या नशिबी केव्हाच मेला आहात. मी तुझ्याकडे पाठ फिरवली आहे. परत तुला पाहण्याचीही इच्छा नाही. गीता तूच शिकला नाहीस. कर्मण्ये वाधिकारस्ते मा फलेषु कदाचन हे शिकतच आम्ही वाढलो. मरणाची भीती आता उरली नाही. एवढंच सांगावंसं वाटतं, जशी माणसं मरण्यासाठी जन्मलेली असतात, तशीच काही या पृथ्वीतलावर उभी राहण्यासाठी जन्मलेली असतात. मी जगण्यासाठी आणि सोसण्यासाठी जन्मले आहे. यापुढं या जगातील विदारक दुःख मी जगणार आहे. मला जगावं लागणार आहे. मी आता खऱ्या अर्थानं मुक्त झालेली आहे...

*(सुलभा पाऊल उचलते. शेखर रेशमी काढणी घेऊन मागे जात असता नाटक थिजते.)*

**समाप्त**

(तीन अंकी नाटक)

# रणजित देसाई

"... वाघीण जेव्हा विते, तेव्हा पिलं टाकीत जाते. परत त्याच वाटेनं येताना जी पिलं आपल्या पावलांनी तिच्या वाटेतून दूर गेलेली असतात, तेवढीच टिकतात. बाकीची भक्ष्य असतात..."

-पिढ्यान् पिढ्यांचे सावनगढचे राजे. तिथल्या मातीवर त्यांचं घराणं पोसलं. तिथलं सारं ऐश्वर्य भोगलं... पण संस्थानं विलीन झाली.. रिश्ता तुटला. सावनगढचे वंशज परदेशात हॉटेल्स काढून बसले. त्या खानावळवाल्यांच्या हाती घराण्याचा वारसा सोपवायचा?.. मग कोण असू शकतो खरा वारसदार?

राजदरबारातील गायिका आणि युवराज यांच्या अनोख्या प्रीतीतील त्यागानं, तपश्चर्येनं, दोन जीव जळूनही वारसा अमर होतो?...

(तीन अंकी नाटक)

## रणजित देसाई

शराब, सत्ता आणि पैसा यांची नशा चढली, तर केव्हा-ना-केव्हा ती उतरते; पण ही धर्माची नशा. तिच्यासारखी बुरी चीज नाही. तिची परीक्षा घेऊ नये, श्री....

धर्म का वाईट?

कोण म्हणतो? धर्म निष्पाप, अजाण असतो. माणुसकीचं बोट धरून धर्म चालतो, तेव्हा पृथ्वीवर स्वर्ग अवतरल्याचा भास होतो. पण नुसत्या धर्माचं बोट धरून माणूस जेव्हा चालायला लागतो, तेव्हा स्वर्गाचा नरक बनायला फारसा वेळ लागत नाही. पाठीशी घेतलेली चीजवस्तूच नव्हे, पण बरोबरची माणसंसुद्धा कडेपर्यंत सुखरूप पोहोचत नाहीत....

फाळणीच्या पार्श्वभूमीवर दोन मित्रांच्या अतूट मैत्रीवर साकारलेलं नाटक!

www.ingramcontent.com/pod-product-compliance
Lightning Source LLC
LaVergne TN
LVHW020931200726
843506LV00011B/1931